उमेदीचा अंकुर

संदीप रामराव काळे

सकाळ प्रकाशन

सकाळ प्रकाशन

Umedicha Ankur

उमेदीचा अंकुर

संदीप रामराव काळे

प्रथम आवृत्ती : जुलै २०२३

प्रकाशक : सकाळ मीडिया प्रा. लि.
५९५, बुधवार पेठ, पुणे ४११००२

मुखपृष्ठ-मांडणी : प्रदीप खेतमर, आर्ट ॲडव्हर्टायझिंग

मुद्रणस्थळ : विकास प्रिंटिंग अँड कॅरिअर्स प्रा. लि.
प्लॉट नं. ३२, एमआयडीसी, सातपूर, नाशिक

ISBN : 978-81-19311-25-5

संपर्क : ०२०-२४४० ५६७८ / ८८८८८ ४९०५०
sakalprakashan@esakal. com

अवनी उमाटे,
सानवी वरवटकर,
सईराणी काळे
या माझ्या कुटुंबातील तीन राजकन्यांना
हे पुस्तकरूपी पुष्प अर्पण...

भ्रमंतीचे आणखी एक पाऊल

■

काळ बदलला, असं म्हणत असताना काळाची पावलं ओळखून वाईट काळावर मात करणाऱ्यांची सध्या चलती आहे. कोण म्हणतं मिळत नाही, मिळाल्याशिवाय आपण शांत बसायचं नाही, असा सगळा प्रवास माझ्या भ्रमंतीचाही आहे. एका छोट्या विषयापासून सुरू केलेली भ्रमंती, आज महाराष्ट्राच्या वाचकांच्या संवेदनांचा भाग होऊन बसली आहे. पत्रकारितेला चांगले दिवस नाहीत, असं वातावरण असताना भ्रमंतीसारखी पत्रकारिता जेव्हा लोकाभिमुख होते, तेव्हा तिथंच लोकांची सातत्याने शाबासकी मिळत जाते.

मानवतेच्या जन्मातून कारुण्याची निर्मिती होत असेल; कारुण्याच्या निर्मितीमधून मानवतेच्या परिभाषेची सुरुवात होत असेल; आपल्या अवतीभवती असणारे अनेक मानवतेचे पुतळे बनून जेव्हा खाली मान घालून निमूटपणे सगळं सहन करतात, तेव्हा तिथंच लोकशाहीचा घात झालेला असतो. हा लोकशाहीचा होणारा घात एका अवघड वाटेने आम्हाला घेऊन जाणारा प्रवास असतो. हा प्रवास कधी एकट्याने करावा लागतो, तर कधी समूहाने. प्रवास जेव्हा समूहाने होतो तेव्हा वाईट विषयाची टेहळणी फार कमी होते. माणसं जेव्हा वेदना घेऊन भटकू लागतात, समाधानी नसतात तेव्हा त्यातून अनेक बेकायदेशीर, माणुसकीच्या बाहेरचे वर्तन घडू लागते. ही वर्तणूक तुमचे पाय दिवसेंदिवस कसे खोलात नेते हे कळतही नाही.

माझ्या भ्रमंतीमधली, माझ्या पुस्तकांमधली ती सगळी पात्रं जनसामान्यांचा आवाज बनून, जनसामान्यांचा प्रश्न बनून, एखाद्या विषयाची केस स्टडी बनून

सज्जडपणे तुमच्यासमोर उभी आहेत. काळ बदललाय. कुणाची कुणाला भीती नाही, असे वाटत असताना एखाद्याच्या नकारात्मक बाबीवर आपण फुंकर घातली तर त्याला जगायला हुरूप येतो. 'सकाळ' वर्तमानपत्र आणि त्यामधला विचार हा माणसाच्या जगण्याला अर्थ मिळवून देणारा मजकूर तुमच्यापर्यंत घेऊन येत असतो. 'सकाळ'ने अनेकांना उभे केले. अनेकांना नवी प्रेरणा दिली. सामाजिकतेची प्रेरणा घेऊन तुमच्यासोबत असलेला 'सकाळ' आज बदललेल्या काळातही आपला संस्कार घेऊन कायमस्वरूपी उभा आहे.

माझे हे पुस्तक आपल्या हातामध्ये देताना मला अतिशय आनंद होत आहे. कारण हे पुस्तक हे त्या समाजाचा दस्तऐवज आहे. जिथे चुकलेले, भागलेले, थकलेले, समाजापासून दूर फेकलेले अनेक जण काहीतरी नवीन करण्याच्या उद्देशाने पुढे येतात. कोणाला दुवा मिळते. कुणाला दवा मिळते. कुणाला शाबासकी मिळते. कोणाला शाप मिळतो. कोणी जगण्यासाठी नव्या उमेदीने पुन्हा उभं राहतं. कुणाला आर्थिक मदत मिळते. कुणाला आनंदाने जगण्यासाठी सोबती, साथीदार मिळतो. असा हा सगळा प्रवास निश्चितच त्या समाजाच्या इतिहासाला गवसणी घालण्याचं काम पुरेपूर करतो.

जयदेव डोळे सरांनी अत्यंत मार्मिकपणे आणि शास्त्रशुद्ध पद्धतीने या पुस्तकासाठी प्रस्तावना लिहिली. मला खात्री आहे, की डोळे सरांची प्रस्तावना म्हणजे ऐतिहासिक दस्तऐवज आहे. एखाद्याला झुकते माप देऊन त्याची स्तुती करणं डोळे सरांना कधी जमलं नाही, पण या प्रस्तावनेमध्ये डोळे सरांनी जे मांडलंय आणि जे लिहिलंय त्यातून माझ्यासारख्या नवख्या लेखकांना नक्कीच हुरूप आल्याशिवाय राहणार नाही. 'सकाळ प्रकाशन' आणि त्यांची टीम यांनी हे पुस्तक वाचकांपर्यंत घेऊन जाण्यासाठी केलेली धडपड निश्चितच नोंद घेण्यासारखी आहे. मी आशा व्यक्त करतो, की माझं हे पुस्तक आपल्याला नक्की आवडेल. मीही तुमच्या अभिप्रायाच्या प्रतीक्षेची वाट पाहतो आहे. माझ्यावर मनापासून प्रेम करणाऱ्या त्या प्रत्येक वाचकाचा मी मनापासून आभारी आहे.

तुमचाच,

संदीप काळे (संपादक, सकाळ)

संपर्क : ९८९००९८८६८

दिसते तसे नसते अन् तेवढेच नसते!

■

पत्रकारिता खूप घटनाकेंद्री झाली, की ती सत्ताकेंद्री आणि सरकारी होऊन जाते. कारण सरकारला कार्यक्रम, योजना आणि समारंभ योजल्याशिवाय आपण काही करत आहोत हे सांगताच येत नसते. अर्धसाक्षर, अल्पसाक्षर देशात तर सोहळा संयोजनाचे (इन्व्हेंट मॅनेजमेंटचे) महत्त्व अपरंपार असते. लोकशाही म्हटले, की माणसं जमवणं, घोषणा करणं, वाटप-बिटप करणं आलंच. त्यामुळे होतं असं, की पत्रकारांची धावपळ सतत या कार्यक्रमाकडून त्या कार्यक्रमाकडे होत असते. या धांदलीत खूप गोष्टी पत्रकारांकडून निसटून जातात. जसे प्रत्यक्ष लाभार्थी वगळले जातात, तसे अनेक वंचित, उपेक्षित, गरजू हेही उत्सवी अन् समारंभी वातावरणात निराश, हताश, असहाय असलेली माणसं बाजूला पडतात. कधी त्यांची जात, कधी वर्ग तर कधी त्यांना अजिबातच न करता आलेली लाचारी त्यांना अशी उपेक्षितच ठेवून जाते. कधी कधी स्वाभिमानी, संकोची स्वभावही त्यांना मागे ठेवतो. प्रचंड लोकसंख्येच्या देशात असं व्हायचंच असं कोणी म्हणेल. दुसरा कोणी म्हणेल, की सरकारी यंत्रणा अशा प्रत्येक व्यक्तीची विचारपूस अन् काळजी नाही करू शकत. आता तर आधार कार्ड, रेशन कार्ड, मतदार कार्ड बँकेतलं खातं, कोविडच्या इंजेक्शनची नोंद अशा कित्येक पुराव्यांवाचून गरिबांना व वंचितांना आपल्या अस्तित्वाची जाणीव करून देता येत नाही; म्हणजे एकीकडे असा सरकारी अस्तित्वाचा विळखा आणि दुसरीकडे उपेक्षेची व वंचनेची मगरमिठी, असे दुहेरी जीवन भारताचा सामान्य गरीब माणूस

जगत असतो. अशा कैक बेदखल, बेजान, बेजुबान माणसांचा या पुस्तकातला तरुण पत्रकार-लेखक एक प्रवक्ता आहे. प्रवक्त्यापेक्षा तो त्यांचा परिचय करून देणारा एक उत्साही अन् उत्सुक माणूस आहे, असे म्हणू या!

राजकारणात मूकनायक खूप असतात; पण तेच नायकाचे सर्व संवाद या लोकांच्या भावना आहेत, लोकांच्या मनात आहेत, असा बनाव करून म्हणत राहतात. अबोलांना बोलकं करणारी व्यक्ती खरी त्यांची प्रतिनिधी असते. मला वाटतं, संदीप काळे हा माझा विद्यार्थी, पत्रकार या मानाने, त्या नात्याने त्या मुक्यांचा, वंचितांचा, आडबाजूला तशाच राहून गेलेल्या अनाम, नागरिकांचा प्रतिनिधी आहे. अव्यक्त मनांचा तो उद्गार आहे. अस्फुट अपेक्षांचा तो उद्गाता आहे. समोरून अनेकदा ये-जा करणाऱ्या निमूट, मुकाट माणसांचा तो उच्चार आहे. घटनांमधल्या मुख्य पात्रांचा तो संवादलेखक आहे.

राहुल गांधी यांची 'भारत जोडो' पदयात्रा ऐन मध्यात आलेली असताना मी ही प्रस्तावना लिहितो आहे. उच्च मध्यमवर्गामध्ये आणि सवर्ण जातीत जन्मलेला एक राजकीय नेता या निमित्ताने सर्वसामान्य भारतीयांशी भेटून बोलून वास्तव समजावून घ्यायचा तो प्रयत्न करतोय. अजून तरी त्यांचा संवाद उद्योगपती, व्यापारी, धनवंत आणि उच्चशिक्षित यांच्याशी झालेला दिसला नाही. रस्त्यावरच्या भारताशी तो बोलतो आहे. पुढे त्याला याचा राजकीय लाभ होईल की नाही, सांगता येत नाही. त्याचे कौतुक यातच की अवघे राजकारण आणि पंतप्रधानांपासून अनेक मुख्यमंत्री यापर्यंत असे वागताना दिसेनासे झाले आहेत. 'चाय पे चर्चा' करून गाडी 'मन की बात' वर येऊन ठेपली. आणि सर्वांवर कडी म्हणजे 'उमेदवार कोण आहे, याचा विचार न करता कमळाला मतदान करा, ते मत या मोदीला मिळेल,' अशी बढाई मारणारा नेता आज आपल्या देशावर राज्य करू शकतो आहे, तेव्हा समजायचे की स्वारी आता आत्मलुब्ध झालेली आहे. तिला लोकांच्या दुःखाची, गरिबीची फिकीरच राहिलेली नाही. जसं, हिंदी चित्रपटांमधून गरीब- मजूर- कामगार- श्रमिक - शेतकरी पात्र नाहीसं होत गेलं, तसं मोदींच्या राजकारणातून, त्यांच्या रोजच्या संपर्कातून ही सारी माणसं अदृश्य होत गेली. त्यांची जागा घोषणा, आश्वासने, कार्यक्रम, सोहळा संयोजन, उद्घाटने, पायाभरणी यांनी घेतली. नेहरू, इंदिरा, यशवंतराव, वसंतदादा, लालूप्रसाद यादव आदी नेत्यांनी रस्त्यावरच्या माणसांशी कधीही संवाद थांबवला नाही; म्हणून 'मास लीडर' ही पदवी त्यांना आपोआप मिळाली.

नेते असे दुरावलेले, असे चार हात लांब गेलेले; मग त्यांच्यावर बांडगुळासारखी जगणारी प्रसारमाध्यमं तरी रस्त्यावरच्या माणसांशी जवळीक करतील का? सामान्य नागरिकांशी सलगी ठेवतील का? त्यांच्या मनातले ओठांवर आणून लाखो कानांपर्यंत आणून सोडतील का? सरकारच्या उंबरठ्यावर लाखो गाऱ्हाणी अन् समस्यांचा ढीग रचतील का? टीव्हीत काय दिसतं ते रोजच पाहतो ना आपण! तासाला ५० अन् मिनिटाला तीन अशा भरधाव वेगाने गावोगावच्या घडामोडी पळत सुटतात. फक्त 'झलक दिखला जा' या बेताने! वर्गात शिक्षकाने भराभर पटावरची नावं घेत उपस्थिती नोंदवत जावी तशी अत्यंत कोरडी, तोंड देखली अन् उथळ हजेरी म्हणजे बातमी? ना आगा, ना पिछा; एकदम भस्सकन एखादी घटना मांडून पुढच्या घटनेकडे पत्ते पिसत जाण्यासारखी कृती म्हणजे वार्ता? ही पत्रकारिता म्हणता तुम्ही? विचार करायला वेळ नाही की उत्तरं शोधायला!

तर अशा क्षणिक व क्षणभंगुर पत्रकारितेच्या दुनियेतून संदीप थोडी उसंत काढतो. तो त्याच्या वाहनातून खाली उतरतो. काचेमधून भिरभिरणारे त्याचे कुतूहल नेमकेपणाने काही हुडकते अन् त्याला त्याकडे खेचत नेते. संदीपच्या प्रत्येक लेखाची सुरुवात अशीच आहे, तो जिथं थांबतो तिथं त्याला त्याचा विषय भेटतो. फार तर असे म्हणू या, की तो त्याचा प्रत्येक विषय करू शकतो. मग ती भांडी घासणारी आजी असो की गुणगुणणारा आजोबा अथवा फूलशेती पिकवणारी एखादी शेतकरी महिला. त्यांच्यापाशी जाऊन, त्यांना बोलतं करून संदीप अशी एखादी व्यक्ती आपल्या पुढ्यात आणतो जी आपण आपल्या प्रवासात ओझरती पाहिलेली असते किंवा कधीही पाहिलेली नसते. तिची कहाणी तिच्याच शब्दांत ओतून त्या शब्दांचं एक ओतीवकाम त्याला दिलेल्या जागेत उभं करून टाकतो. आपण ते न्याहाळत असेतोवर संदीप पुढचा टप्पा गाठायला निघालेलाही असतो.

या अज्ञात, अपरिचित, जराशा आढेवेढे घेणाऱ्या व्यक्ती आपल्या मनात साठवलेलं सारं समोर सोडून देतात अन् संदीप त्याचं छान मोजकं निवेदन तयार करून एक 'स्टोरी' म्हणून वाचकांना देऊन मोकळा होतो. म्हणावं तर तो प्रभावी वक्ता किंवा मराठी भाषेचा अव्वल प्रतिनिधी नाही; परंतु एक प्रकारचा विनम्र, निरागस, आपुलकीचा त्याचा स्वभाव त्याला आपोआपच समोरच्याला स्वीकारायला लावतो. मग समोरचा माणूस घडाघडा बोलू लागतो. ना कोणती घटना, ना घडामोड, ना घोषणा, ना कार्यक्रम; असा काहीही भवताल नसताना

संदीप एक व्यक्ती अशी शोधतो की तिच्या शब्दाशब्दांत अनेक व्यथा, संकटं, तक्रारी, दुर्दशा दडल्या आहेत. पण पत्रकारिता शक्यतो सर्व समस्यांना सामूहिक रूप द्यायला सरसावलेली असताना एखाद्या व्यक्तीपाशी थांबवून तिची कहाणी सादर करायला तिला थोडेच सुचणार?

संदीपला भरपूर वाचकवर्ग लाभतो त्याचं कारण हे. त्याचं असं लोकाभिमुख वर्तन हीच पत्रकारिता आहे. भपकेबाजपणा अथवा परिसराचं अवडंबर अजिबात नाही. संदीप सरळ भिडतो... अगदी थोडक्यात प्रस्तावना आणि समारोपही आटोपता. मात्र बऱ्याचदा न संपलेल्या संदीपला तात्त्विक, सैद्धांतिक लेखन जमत नाही. भूमिका घेऊन तो कोणाशी भिडत नाही. त्यामुळे एका डॉक्युमेंटरीप्रमाणे तो त्याची भेट, मुलाखत अथवा गप्पा हाताळतो. अगदी एखादी शॉर्टफिल्म असावी तशी शेवटचा निरोप घेते वेळी तो गडबडतो, पण आपण एकंदरीतच मुख्य विषयामुळे खूप भारावलेलो असल्याने गडबडलेल्या अन् अडखळलेल्या अंताकडे दुर्लक्ष करतो. एकूण काय, आपल्याला एक विलक्षण सामान्य माणूस भेटलेला असतो, आपण हादरून गेलेलो असतो किंवा अपार आदराने थबथबून गेलेलो असतो. आणि 'काय साला हे जगणंय', असं स्वत:शी पुटपुटून ज्ञानात भर पडल्याचं समाधान मानून घेत जातो.

प्रचार, अफवा, अर्धसत्य, दडपादडपी, विपर्यास यांनी बातम्यांची रूपं धारण करायचा आजचा काळ. तमाम माध्यमांची विश्वासार्हता पाताळात जाऊन लपलेली, सत्याशी सतत बेईमानी करणारी राजकीय विचारसरणी गेली आठ वर्षे सत्तेत दहशत, प्रलोभने आणि शिक्षा यांचा वापर करून पत्रकारिता शरण यायला लावणारी नेतेमंडळी, बेगुमान धर्मकारणाचा सोंगाड्या समाजसेवेशी नाटकी घरोबा करून आपमतलब साधणारी संघटना. अशा पर्यावरणात आत्यंतिक निष्ठेने संदीप फक्त सामान्य, अतिसामान्य माणसांत भारत शोधतो. भारताचं खरं सोशिक अन् समंजस दर्शन घडवतो आणि तरीही कडवट चव न येऊ देता अलगद आपल्याला काही सत्य सांगून थांबतो. ही फार धन्य गोष्ट आहे. काही वेळेस त्याला काही सुचत नाही तेव्हा तोही नशीब, जन्माचं पाप असे आडोसे शोधतो. पत्रकार इहलोकी वावरतो. परलोक त्याला वर्ज्य. कारण त्याची काही माहिती नाही म्हणून. लोकशाहीचा कारभार आकाशाकडे बोटे करून चालत नसतो. संदीप अर्थातच प्रत्येक समस्येची उत्तरं देत नाही की देऊ शकेल. त्यामुळे मग अशाप्रकारे दिसेल त्याची दु:ख आणि जीवनकहाणी टिपायला खटाटोप करायचा

कशाला? कर्म, दैव, ईश्वर, प्रारब्ध, पूर्वजन्म, प्राक्तन, ग्रहदशा, राशीफल अशा बकवासांनी तर कोट्यवधी भारतीय सहनशील होत असतात. साक्षात पंतप्रधान आपल्याला आशीर्वाद, देवाची कृपा आदी असल्याचा दाखला देत असतात. तेव्हा लोकेच्छा की ईश्वरेच्छा हा वैचारिक संघर्ष उभा करायचा सोडून तिऱ्हाइतासारखं बाजूला होऊन जायचं, ही काही बरी बाब नाही. तरीही अशा दुःखी-कष्टी आणि काही नवं करू पाहणाऱ्या व्यक्तीचे फोन क्रमांक देऊन संदीप त्यांच्यापर्यंत काही मदत पोचवण्याची प्रत्यक्षाप्रत्यक्ष व्यवस्था करतो. कधी कधी स्वतःहून आवाहनही करतो. ज्या दैनिकात तो काम करतो त्या मंचाचा वापर अशा सत्कार्यासाठी तो करून देतो; परंतु एकंदर या लेखनाचा प्रभाव शुक्रवारच्या कहाण्यांमधल्या अडल्यानडलेल्या आपदांसारखा आहे की काय, असं वाटत राहतं. कोणी तरी उःशाप द्यायला यावं, कोणी तरी तारणहार असावा, अशी व्यवस्था करणारी ही रचना आहे की काय, अशी शंका वाटते. कदाचित पत्रकारितेचा हा अंगभूत दुर्गुण असावा. ती फक्त माध्यम म्हणून वापरू पाहते. 'हे असं आहे. पाहा काय करता येतं ते!' अशी बोटदाखवी कृती करण्यावाचून तिच्यापाशी काही नाही. त्या अर्थाने संदीपचे हे भ्रमण आणि लोक-प्रश्नांकडे लक्ष वेधण्याची खासियत अगदी योग्य. आधी म्हटले त्याप्रमाणे सामान्यांना दृष्टीआड करणाऱ्या आजच्या पत्रकारितेतला हा एक उमदा आणि उत्साहवर्धक नमुना. तसं पाहायला गेलं तर लोकशाहीचं इतकं सखोल विकेंद्रीकरण होत असताना उलटं व्हायला हवं. म्हणजे लोकसेवा करतो म्हणणारे, जनतेची सेवा करू पाहणारे आणि स्वतःला प्रधानसेवक म्हणवणारे अशा दुःखी-कष्टी अथवा अडचणींवर मात करू पाहणाऱ्यांपर्यंत पोचून, त्यांची समस्या सोडवून, त्यांची कहाणी पत्रकारांकडे कथन करतील, 'अंत्योदय' अशी व्यवस्था उद्घोषित करणाऱ्यांचा असाच तर प्रयत्न हवा. पण संदीपला जो भेटतो तो अशा अडचणीत सापडलेला की बस्स! त्यामुळे दिवसेंदिवस आपली राजकीय लोकशाही राज्ययंत्रणा भलतीच संकुचित, केवळ घोषणाजीवी अन् भरकटलेली झाल्याची खात्री येते.

माणूस अर्थातच अत्यंत चिवट, यत्नखोर आणि शोधकवृत्तीचा आहे. याचे सुंदर दाखलेही संदीप देतो. त्याची लेखणी आशा-निराशा यांच्या दोलायमान अवस्थांची अगदी नेमकी पण थोडक्यात नोंद घेते राहते. स्वावलंबन, कल्पकता, सहकार्य, परोपकार, वात्सल्य, कर्तव्यं यांचे आनंदी नमुने द्यायला लेखक चुकत नाही. धडपडणारी माणसं अवतीभवती असतातच. ती आपण जे करत आहोत ते

आदर्शवत असल्याच्या जाणिवेपासून दूर असतात. संदीप त्यांना उजेडात आणतो आणि सांगतो की पाहा, 'अशी जगणं सार्थक व विधायक करणारी माणसंही खूप आहेत!' कोणी शाळा काढतो, कोणी फुकट शिकवतो, कोणी गुरं पाळतो, कोणी अंधश्रद्धेवर आघात करतो, कोणी स्वयंपाक छान करतं, कोणी निसर्गसंवर्धन करतं, कोणी स्त्रियांच्या आरोग्याची काळजी वाहतं. आयुष्य म्हणजे चढउतारांचा एक खेळ आहे, असा बालबोध संदीपचं हे लेखन देत जातं. ही या लेखनाची शैली वृत्तपत्रीय बौद्धिक कुवतीचं प्रतिबिंबच. कारण सारं घडणं सुलभ, सोपं, समजेल अशा स्वरूपात मांडायचा आपोआप येणारा दबाव.

त्याच्या सारखेच भटकंती करीत जगाचे अफाट रूप टिपत निघालेले खूप लेखक आहेत आणि होऊनही गेले. मार्क टुली आणि व्ही.एस.नायपॉल यांचा भारताशी दाट संबंध आलेला. टुली हेही पत्रकार होते. बीबीसीचे ते भारतात असंख्य वर्षं बातमीदार राहिले. ते स्थायिकही इथेच झाले. 'नो फुलस्टॉप इन इंडिया', 'नॉनस्टॉप इंडिया' ही त्यांची भारतभ्रमणावरची पुस्तकं. सर नायपॉल यांनी 'ॲन एशिया ऑफ डार्कनेस' आणि 'इंडिया : वुडेड सिव्हिलायझेशन' अशी भारत प्रवासावरची पुस्तकं लिहिली. त्यांनी अनेक देशांचे दौरे करून अशी काही पुस्तकं लिहून त्या त्या देशांचं एक वेगळं वास्तव, इतिहास जगाला सादर केला. भटकंतीतून पुस्तकं लिहिणारे प्रसिद्ध लेखक म्हणजे जॅक केरूआक, ब्रूस चॅटविन, पॉल बोवेल्स. मराठीत मीना प्रभू, निळू दामले, अनिल अवचट, रा. भि. जोशी, पु. ल. देशपांडे, प्रभाकर पाध्ये. हे सारे लेखक सोद्देश लेखक आहेत. संदीप काळे निरुद्देश अन् हौशी वाटतो. त्यामुळे तो एखाद्या व्यक्तीच्या कहाणीचा, संकटाचा एवं पासपोर्ट साईज फोटो काढत निघाला असं वाटत राहतं. तो बराच प्रवास करतो. मनास येईल तिथं थांबतो. जी व्यक्ती त्याला भेटेल तिला तो भिडत जातो. तिच्यात त्याला काही आढळतंच. मग तिची पार्श्वभूमी तो जाणून घेत तिचं वास्तव चित्र आपल्याला सादर करतो. पुढे जातो. काही दिसेलच या तयारीत असतो. थांबतो, बोलतो. माणूस आपल्याला दाखवतो. त्याचं ते भिडणं, आपलंसं जाणणं यामुळे तो अनुभवसमृद्ध होत जातो आहे की आपण जाणीवजागृत होत जातो, कळत नाही.

गांधींना न्या. गोखल्यांनी भारत आतून बाहेरून पाहून यायला सांगितले होते. त्याप्रमाणे गांधी मिळेल तेवढा भारत बघून आले. तेव्हा कोठे त्यांना भारत कळला. जवाहरलाल यांनाही त्यांच्या अलाहाबाद शहरापासून काही अंतरावर

एका खेड्यात शेतकऱ्यांनी त्यांच्या समस्येसंदर्भात तीन दिवस मुक्काम करायला लावला, तेव्हा नेहरूंना ग्रामीण भारत समजला. नायपॉल यांनी त्यांच्या 'ए रायटर्स पीपल' या पुस्तकात एक प्रकरण 'लुकिंग अँड नॉट सीईंग : इंडियन वे' असं लिहिलं आहे. म्हणजे एरवी रोज दिसणारा भारत जवळून जाऊन निरखला की काय बदल होतो माणसात, त्यावर त्यांनी काही नोंदी केल्या आहेत. संदीप काळे याचं लेखन थोडं त्या कुळीचं आहे. बऱ्याच ओझरत्या दृश्यांची तो गोठवणूक करतो अन् त्यात पात्राचा समावेश करून एक वास्तवचित्र रंगवतो. मार्क टुली यांनी त्यांच्या भारतभ्रमणावर जे 'नॉनस्टॉप इंडिया' लिहिले, त्यांच्या प्रस्तावनेत ते म्हणतात, 'या पुस्तकातली प्रकरणं म्हणजे मी माझी सोबतीण गिलियत राईट हिच्या समवेत केलेल्या प्रवासाच्या कहाण्या आहेत. त्या कशाचं विश्लेषण नाहीत.' या वेळी आम्हाला आढळलं, की मोठ्या समस्यांच्या मुळाशी सरकार हेच एक कारण आहे आणि संस्थात्मक सुधारणा करण्याची फार मोठी गरज आहे... आपल्या लोकसंख्येतल्या प्रत्येक घटकाचं कौशल्य वापरायला संधी मिळाली की भारताला सामाजिक न्याय अनुभवता येईल.

देशाटन वा पर्यटन करणाऱ्यांना भव्यता, इतिहास, संस्कृत आदींची ओढ हवी. तरच आपण काय बघितलं व त्यानं काय दिलं, हे सांगता येईल. 'टिकमार्क टूरिस्ट' हल्ली फार झालेत. इतकं हिंडलो अन् तितकं पाहिलं अशी जंत्री देण्यात त्यांना खुशी वाटते. तसं पर्यटन ना मी कधी केलं ना करीन. वर उल्लेखलेले सारे लेखक काही तरी 'शोध' घेत आहेत. काही समजावून घेत आहेत. धृतराष्ट्र जसा संजयाच्या मार्फत जशा साऱ्या घडामोडी जाणून घेत होता, तशी आपली अवस्था अशा वेळी होते. आत्मचरित्रं त्याचसाठी लिहिली जातात. संदीपचं हे लेखन स्वतःविषयी नाही. तो त्यात आहे. मग एखाद्या कॅमेरामनने कॅमेऱ्याची फ्रेम आखून देत पात्रांना बोलायला, हालायला लावावं तसं. काही मिनिटांच्या त्यांच्या या भेटीचा परिणाम होतो. भुंगा लागावा तसं मात्र काही होत नाही. मोबाईल क्रमांकामुळे काही जण या व्यक्तींना मदत वा प्रोत्साहन देतही असतील; त्याने संदीप व त्याचं वृत्तपत्र भरून पावत असेल. वृत्तपत्रं बातम्या देता देता रांगोळी स्पर्धा, पाककला, वक्तृत्व, नाट्य, फॅशन, शाळा, अभिनय, शेती अशा कित्येक स्पर्धा प्रकारांत स्वतःला गुंतवत आणि त्यातून खप व जाहिराती वाढवत निघाली आहेत. त्यामुळे समाजसेवा बक्कळ अन् वृत्तसेवा फुटकळ, असा पालट होऊन बसलेला आहे. म्हणूनच की काय संदीपकडे कदाचित डोळ्यात पाणी आणणारं,

मनाला हुरूप देणारं, चांगली माणसं अजूनही आहेत असं मनाला समाधान देणारं आणि समाजसेवेसाठी जागृती करणारं लेखन करायला सांगितलेलं दिसतं. एकीकडे, धंदेवाईक वृत्तव्यवसाय व दुसरीकडे, असा करुणेचा कढ; यात काही विसंगती आहे, असंही कोणाला वाटत नाहीसं दिसतं. करुणेला कोपऱ्याची जागा मिळणं आणि धडपडीला फक्त नोंदीपुरतं स्थान मिळणं. हे आपला समाज अन् देश कृतघ्न होत चालल्याचं लक्षण. तरुण पिढीला त्यापासून दूर खेचायचं असेल तर संदीप सारख्यांचं असं लेखन थोडेफार उपकारक नक्कीच ठरेल. तेवढ्या आशावादामुळेच त्याचं त्याच्या धडपडीसाठी कौतुक आणि अभिनंदन.

- जयदेव डोळे
औरंगाबाद

अनुक्रमणिका

१.
अश्रू आटलेल्या डोळ्यांसाठी

राज्याचा दोन महिन्यांचा दौरा करून मी मुंबईत परतलो. मी कोपरखैरणेला आलो, तिथं असणाऱ्या काही मित्रांना मला भेटायचं होतं. कोपरखैरणेला सेक्टर एकमधून जात असताना काही म्हातारी माणसं मला बाहेर रस्त्यावर खाली बसलेली दिसली. एका जागी एवढी म्हातारीकोतारी माणसं का बसली असतील, असा प्रश्न मला पडला होता. कोणी चिंतेत होतं, कोणी मनोरुग्ण असल्यासारखं आपले केस खाजवत होतं. काही जण शांतपणे सगळं पाहत होते. एक आजी तोंडाला पदर लावून रडत होती. काही जणांच्या चेहऱ्यावर कमालीची काळजी होती. तिथं काही तरी वाईट घडलं होतं यात शंका नव्हती. मी गाडीतून उतरलो आणि त्या रस्त्यावर जमलेल्या मंडळींच्या दिशेने चालायला लागलो. मी त्या सगळ्या माणसांच्या जवळ जाऊन एकाला विचारलं, ''आजोबा, तुम्ही सगळे असे का बसला आहात? काय झालं? ती आजी का रडते?'' त्या आजोबांनी माझ्याकडे बघितलं आणि मला म्हणाले, ''आतमध्ये बघा, आम्ही जिथं राहत होतो, तिथलं पूर्ण छत कोसळलंय.''

मी पलीकडे नजर टाकली, तर छत कोसळलेलं दिसत होतं. आजूबाजूला काही माणसं आतमधलं सामान बाहेर काढत होती. एक आजी सगळ्यांना हातवारे करून सांगत होती, ''मी रात्री म्हणाले होते ना, आपण हनुमान चालिसा म्हणून झोपू या, तर तुम्ही माझं ऐकलं नाही.'' दुसरे आजोबा एकाकडे हातवारे करून सांगत होते, ''अरे मी या कुलकर्णीला सांगत होतो. घरात भुताचे पिक्चर लावू नकोस, त्याने माझं ऐकलं नाही.'' हे सगळं ऐकून दुसऱ्या एका आजोबांनी आपल्या डोक्यावर हात मारला. तेवढ्या सगळ्या परिस्थितीमध्ये एक आजोबा

दुसऱ्या आजोबांना म्हणत होते, ''मांडू का डाव, खेळायचे का पत्ते?'' ते दुसरे आजोबा खूप चिडले आणि म्हणाले, "जिवानिशी वाचलास ना, बस शांत.'' माझ्या लक्षात आलं, की हा एक वृद्धाश्रम आहे. वृद्धाश्रमाचं छत कोसळलंय. तिथं अत्यंत वाईट आणि हलाखीची परिस्थिती होती.

तिथली परिस्थिती, 'स्वीट होम' ट्रस्टचे लावलेले फलक वाचण्यामध्ये मी दंग झालो होतो. तितक्यात सगळ्यांचा आवाज आला. ''ताई आली, ताई आली.'' ताई आल्यावर तिथल्या मंडळींना अश्रू आवरेनात. त्या महिलेने सगळ्यांना सांगितलं, ''शांत बसा, रडू नका. आता ते पडलं त्याला काय करायचं?" कुणाला लागलंय का, कुणाला काही खरचटलं का, काही नुकसान झालं का, याची चौकशी ती महिला करत होती.

वरच्या मजल्यावर सामान हळूहळू शिफ्ट करणं सुरू झालं होतं. ती आलेली महिला बाहेर खुर्ची टाकून बसली. मी माझी ओळख सांगितली. आमच्या गप्पा सुरू झाल्या. मी ज्यांच्याशी बोलत होतो, त्यांचं नाव प्रतिभा दीपक मोरे-कारेकर. प्रतिकूल परिस्थितीत आपल्या आजोबा आणि आजीचा सामाजिक वारसा प्रतिभाताई पुढे नेत आहेत. प्रतिभा यांच्या आजी हिराबाई रायगड जिल्ह्यामधील हारवीट येथील सरपंच होत्या. त्यांचे आजोबा नामदेव कृष्णा मोरे हे त्या भागातले सामाजिक कार्यकर्ते होते. गावात शाळा नसल्यामुळे ते गावातल्या पिंपळाच्या झाडाखाली शाळा भरवायचे. पुढे त्यांनी गावात शाळा उभारली. गावात पाणी मिळावं यासाठी पुढाकार घेतला. नामदेव यांच्या कामामुळे त्यांना अवघा जिल्हा ओळखू लागला. आजोबा आणि आजींच्या तालमीत त्या घडल्या. प्रतिभा यांची आई मंगला लहानपणीच वारली. प्रतिभा यांचा सांभाळ त्यांच्या आजीने केला. प्रतिभा यांच्या आजोबांनी अनेक वृद्धाश्रम, अनाथाश्रम सुरू केलं. आजोबांचं काम प्रतिभा यांच्या वडिलांनी पुढे चालवलं. आता ते काम प्रतिभाताई पुढे चालवत आहेत.

मोरे घराण्यातील प्रतिभाताईंची ही तिसरी पिढी सेवाभावी काम निष्ठा म्हणून करत आहे. टाकून दिलेली माणसं, जड झालेली माणसं, टाकून दिलेली मुलं, यांचं प्रमाण समाजात कमी झालेलं नाही; पण त्या तुलनेत लोकांची सामाजिक कार्यासाठी मदत करण्याची वृत्ती मात्र निश्चितच कमी झाली आहे. त्यातूनच अनेक सामाजिक उपक्रम, जे लोकांच्या मदतीने चालतात, त्यांचं पुढे काय करायचं हा प्रश्न अनेक ठिकाणी आ वासून उभा आहे. प्रतिभा यांच्या सेवाभावी

कार्यासमोरही हा प्रश्न तसाच उभा आहे. या कार्यासाठी सरकारकडून काहीही मदत मिळत नाही आणि लोकांकडूनसुद्धा मिळत नाही. हल्ली गतिमानतासुद्धा खूप मोठ्या प्रमाणावर वाढलेली आहे. या गतिमानतेमध्ये माणसाचा संवाद तुटला आहे. निकामी असणारी माणसं कुणालाही घरात नको आहेत.

''एकट्या नवी मुंबईमध्ये पंधरा-सोळा वृद्धाश्रम आहेत. या परिस्थितीच्या गतीला कोणीही थांबवू शकत नाही. त्या वृद्धांचं करायचं काय, जे पोलिसांकडून सातत्याने आपल्याकडे येतात. त्यांना नाही कसं म्हणायचं? ज्यांना कुणीच नाही, त्यांना वाऱ्यावर सोडायचं तरी कसं? असे एक-दोन नाही, तर अनेक प्रश्न उभे आहेत.'' प्रतिभाताई बोलत होत्या आणि मी शांतपणे ऐकत होतो. असं वाटत होतं, की आपण माणूस म्हणून जन्म घेतला हे खरं आहे; पण पुढे वयाच्या साठ-सत्तरनंतर कसं जगायचं, हा प्रश्न जरी पुढे आला तरी ती समोर असणारी माणसं पुढे येत होती आणि माझ्या अंगावर काटासुद्धा.

मी प्रतिभाताईंना म्हणालो, ''इतकी हलाखीची परिस्थिती असताना तुम्ही हे सगळं कशासाठी चालवता? तुमच्याजवळ जे काही होतं ते विकून कशाला सारं करायचं?'' प्रतिभा म्हणाल्या, ''या जागी माझे आई-बाबा असते, तर त्यांना मी वाऱ्यावर सोडलं असतं का? परिस्थिती कितीही वाईट असू दे, पण चार माणसं तुमच्यासोबत असतील, चार माणसं तुम्हाला आशीर्वाद देत असतील, तर लक्षात ठेवा, निसर्ग नेहमी तुमच्याबरोबर असतो. मला माहीत आहे, माझ्याकडं उद्या या सगळ्या माणसांना काय खायला घालायचं याची तजवीज नाही, तरीही मी आनंदाने त्यांना सांभाळत आहे. हे छप्पर बांधायला, मला कधी जमेल हे सांगता येत नाही. बऱ्याच दिवसांपासून मी 'स्वीट होम'साठी जागा शोधतेय, पण मिळत नाही. माझ्याकडे जागा कमी पडते, म्हणून मी अनेक आजी-आजोबांच्या मुलांना विनंती केली, तुमच्या आई-वडिलांना काही दिवस घेऊन जा; पण ही मुलं माझा फोन उचलायलाही तयार नाहीत. कोणी परदेशात आहे, कोणी दुसऱ्या राज्यामध्ये आहे, कोणी मुंबईमध्ये आहे, या सगळ्यांना आपली बायको, मुलं हवी आहेत; पण आई-वडील नको आहेत.''

एका म्हाताऱ्या आजोबांकडे बोट दाखवत प्रतिभाताई म्हणाल्या, ''हे गृहस्थ वाशीला अधिकारी होते. आपल्या दोन्ही पोरांना त्यांनी शिकवलं. दोन्ही मुलं दिल्लीमध्ये 'सीए' आहेत. सुना चांगल्या हुद्द्यावर आहेत. त्यांच्यावर हृदयशस्त्रक्रिया झाली आहे. त्या वेळी डॉक्टरांनी सांगितलं होतं, 'हे दोन दिवसही

वाचू शकणार नाहीत, त्यांच्या नातेवाइकाला बोलवा.' त्या वेळी मुलांनी कुठलाही प्रतिसाद दिला नाही. त्या दिवशी त्यांनी माझा हात हातात घेऊन मला सांगितलं, 'बेटा तू आणि तुझे यजमान तुम्ही दोघे माझी मुलं आहात. माझा अंत्यसंस्कार तुम्हीच करा.' आपल्या मुलांनी आठ दिवसांतून एकदा तरी फोन करावा, एवढी माफक आणि छोटीशी आशा त्यांची असते; पण तेही मुलं करत नाहीत.'' प्रतिभाताई माझ्याशी हे सगळं बोलत असताना त्या वृद्ध गृहस्थांच्या डोळ्यांतून अश्रू वाहत होते. प्रतिभाताई त्यांची समजूत काढत होत्या.

अनिता शिंदे या एका आजीची ओळख मला प्रतिभाताईंनी करून दिली. त्यांच्याविषयी प्रतिभाताई मला सांगत होत्या, ''या आजींना सात मुली आहेत; पण एकाही मुलीने त्यांना घरी नेलं नाही.'' मी आजींना म्हणालो, ''तुमच्या मुली तुमच्यावर प्रेम करत नाहीत का? तुम्हाला विचारत नाहीत का?'' त्यावर आजी शांतपणे म्हणाल्या, ''बाबा मुली आपल्या घरी आहेत तोपर्यंत आपल्या. जेव्हा त्या लग्न होऊन त्यांच्या घरी जातात, तेव्हा त्यांचा कारभार त्यांच्या यजमानाच्या, सासू-सासऱ्यांच्या हातात असतो. मुलीची कितीही इच्छा असली की, आपल्या आईला आपल्यासोबत ठेवावं, तरी तसं तिच्या घरच्यांना वाटायला नको का?'' मी मध्येच म्हणालो, ''सातही मुलींच्या घरचे तसेच आहेत का? त्यांना तुम्ही नकोशा आहात का?'' आजी पुन्हा शांतपणे म्हणाल्या, ''जमानाच तसा आलाय बाबा. कुणालाही म्हातारं माणूस नकोय घरी.''

तिथं असणाऱ्या प्रत्येकाची एक वेगळी कथा होती. ज्या घरासाठी आयुष्यभर त्यांनी घाम गाळला, त्याच घरातून त्यांच्या मुलांनी लाथ मारून हाकलून दिलं. आता ते बोलत नाहीत, विचारत नाहीत, अशी अवस्था आहे. प्रतिभाताईंसारखं कुणी तरी सोबत येतं आणि आयुष्याचा एक एक दिवस असाच निघून जातो. आता अश्रू वाहून वाहून डोळे पार कोरडे पडलेत. आता कुणाचीच वाट पाहिली जात नाही. असं सगळं चित्र त्या वृद्धाश्रमामध्ये होतं. प्रतिभाताईंचे यजमान दीपक कारेकर, भाऊ विकास भरत मोरे आणि हितेश व हर्षवर्धन ही त्यांची दोन छोटी छोटी मुलं, प्रतिभाताईंच्या कामाला हातभार लावतात.

जिथं दोन वेळच्या जेवणासाठी आणीबाणी होती, तिथं छत बांधण्यासाठी कधी पुढाकार घेतला जाईल, असा प्रश्न माझ्या मनात घोळत होता; पण प्रतिभाताई कसली हार मानतात! त्यांनी कधीच हार मानायची नाही, असं

बाळकडू आजीकडून घेतलं आहे. अशा प्रतिभाताईंना सगळ्यांची मदत मिळणं गरजेचं आहे. अशा अनेक प्रतिभा उभ्या राहिल्या, तर समाजातील असे अव्हेरलेले किंवा आधार गमावलेले लोक उभे राहतील.

मी प्रतिभाताईंचे आभार मानले. निघताना माझ्या मनात विचार येत होता, पोटच्या मुलांनी असं केलं तर थकलेल्या पायांनी विसावा घ्यायचा कुठं? एका ठिकाणी कुठं तरी एखादी प्रतिभाताई पुढं येईल; पण बाकी ठिकाणी काय? अशा वेळी तुम्ही-आम्ही प्रतिभा होऊ आणि अनेक प्रतिभांचे हात मजबूत करू, असा निश्चय तरी करू.

■

२.
उमेदीचा अंकुर...!

एका कामानिमित्त परवा वाशीला गेलो होतो. वाशीभोवती असणाऱ्या खाडीचं सौंदर्य खूप छान आहे. त्या खाडीकडे पाहिल्यावर अथांग समुद्राचा भास होतो. या खाडीच्या आसपास भटकावं, त्याभोवती असणाऱ्या माणसांना पाहावं, भेटावं, असं अनेकवेळा वाटलं; पण कधी जमलं नाही. आज ठरवलं, तिकडे जायचंच. खाडीभोवती असणाऱ्या लोकांचं जीवनमान निसर्गाच्या चक्रावर अवलंबून असतं. कुणी खेकडे पकडत होतं, कुणी शिंपल्या वेचत होतं, कुणी मासे पकडायचं जाळं साफ करत होतं, तर कुणी होडीला धक्का देऊन काठावर आणत होतं. आजूबाजूला मुलं पोहण्याचा आनंद घेत होती.

खाडीच्या काठावरचं ते चित्र स्वतंत्र विश्व होतं. माझं निरीक्षण सुरू असतानाच माझ्या मागून एका व्यक्तीने मला आवाज दिला, "अहो भाऊ, जरा होडीला धक्का देण्यासाठी येता का?" मी मागे वळून पाहिलं, तर काठीचा आधार घेऊन उभी असलेली एक व्यक्ती काठावर असणाऱ्या होडीला पुढे सरकवण्याचा प्रयत्न करीत होती. त्यांचं बळ कमी पडत होतं. मी गेलो. आम्ही दोघांनी मिळून त्या होडीला धक्का दिला. मला धक्का देण्याचा अंदाज नाही आला, होडी एकदम आतमध्ये गेली. त्या माणसाला तिला पकडता येईना. मी पुढं धावलो आणि ती होडी पकडली.

माझे कपडे भिजल्याचं पाहून त्या माणसाला वाईट वाटलं. तो माणूस म्हणाला, "भाऊ, थोड्या वेळात कपडे वाळतील." आपलं रिकामं जाळं ती व्यक्ती त्या बोटीत टाकीत होती. मी त्यांना म्हणालो, "तुम्ही आता समुद्रामध्ये जाताय तर परत कधी येणार?" ते म्हणाले, "नाही सांगता येणार, नक्की किती

वेळ लागेल ते.'' मी म्हणालो, ''मी येऊ का तुमच्याबरोबर?'' ते म्हणाले, ''का?'' ''सहज, तुम्ही काय काम करता, कसं करता, ते मला पाहायचं आहे.'' ते मला म्हणाले, ''तुम्ही कोळी हाव काय?'' मी म्हणालो, ''नाही हो.'' ते माझ्याकडे आश्चर्यानं पाहत होते.

आम्ही निघालो. हळूहळू होडी खोल पाण्यात गेली. काठापासून बरंच दूर गेल्यावर जरा भीती वाटत होती. होडीला फारसा आधार नव्हता. होडी डुगडुग करायची. एका क्षणाला मला वाटत होतं, की आपण उगाच आलो बाबा. माझा चेहरा पाहून ती व्यक्ती मला म्हणायची, ''नका घाबरू, काही होणार नाही.'' ती व्यक्ती त्यांच्या जाळं लावण्याबाबतच्या सीमा मला सांगत होती.

उंच उंच जाळ्यावर सगळीकडं रंगीबेरंगी निशाण लावलं होतं. आम्ही या काठावरून त्या काठावर आलो. जिकडं नजर जाईल तिकडं पाणीच पाणी होतं. त्या व्यक्तीने आतमधलं जाळं काठावर ठेवलं. जाळ्यातले मासे बाहेर काढताना मी त्यांना म्हणालो, ''काय निसर्ग, काय रोज नवा अनुभव, तुम्हाला फार मजा येत असेल ना..!'' त्यांनी चेहऱ्यावर फार आनंदाचे भाव न दाखवता, नुसती मान हालवून होकार दिला.

आमच्या तासाभराच्या होडीच्या प्रवासात मी एकटाच बोलत होतो, ते काहीही बोलत नव्हते. असं वाटत होतं, त्यांचं सर्वस्व कुणीतरी हिरावून घेतलंय. त्यांनी सोबत आणलेला एक डबा घेतला. दूर शेंदूर लावलेल्या दोन दगडांजवळ त्यांनी डब्यात असलेला नैवेद्य ठेवला. मीही त्यांच्या मागं मागं गेलो. त्यांनी त्या दोन्ही दगडांसमोर हात जोडले. मीही नतमस्तक झालो. मी त्यांना विचारलं, ''हा कोणता देव आहे?'' ती व्यक्ती काहीच बोलली नाही. मी खोदून विचारल्यावर ते म्हणाले, ''माझ्या बायकोवर इथंच अंत्यसंस्कार केले.'' त्यांचं ते उत्तर ऐकून मी गप्पच बसलो. त्यानंतर थोडा वेळ गेल्यावर मी त्यांच्याशी बोललो. ते बरंच काही सांगत होते. बोलण्यातून जे पुढे आलं, ते फार धक्कादायक होतं.

निसर्गाच्या चक्रात माणूस खूप अडकतो, प्रचंड खस्ता खातो; पण तरीही जगण्याची उमेद तो सोडत नाही. मी ज्यांच्याशी बोलत होतो, त्यांचं नाव विलास नाईक. वाशी भागात ते राहतात. मासे पकडण्याचा त्यांचा वडिलोपार्जित व्यवसाय. विलास यांचं लग्न झाल्यावर दुसऱ्या वर्षी त्यांची पत्नी पाण्यात बुडून वारली. ती घटना ऐकताना माझ्या अंगावर काटा आला आणि विलास नाईक यांच्या डोळ्यांतून अश्रू.

नाईक म्हणाले, ''त्या दिवशी मला ताप आला होता. टाकलेल्या जाळ्यातील मासे आणण्यासाठी माझी पत्नी माझं न ऐकता गेली. रात्री खूप उशीर झाला तरी तिचा पत्ता नव्हता. आम्हाला काळजी वाटू लागली, आम्ही शोध घेतला; पण तिचा शोध लागला नाही. माझे सगळे मित्र रात्री कंदील घेऊन, बॅटरी घेऊन या कडेहून त्या कडेला शोधत होते. दुसऱ्या दिवशी होडी सापडली. आम्हाला कळून चुकलं की, एकदम पाणी जास्त आलं, त्यात वाऱ्याचा मारा. होडी उलटली आणि बुडाली. तिला पोहता येत होतं; पण त्या दिवशी तिलाही बरं नव्हतं. काय झालं असेल काय माहिती!'' नाईक यांच्या अश्रूंवरून लक्षात येत होतं, त्यांचं त्यांच्या बायकोवर किती प्रेम होतं.

मी नाईक यांना म्हणालो, ''मग पुढे काय केलं? तुमचा परिवार, आई-बाबा कसे आहेत?'' नाईक म्हणाले, ''मी बरीच वर्षं लग्न नाही केलं. आई म्हणायची, 'बाबा लग्न कर, नातवाचं तोंड पाहायचं आहे.' एका जवळच्या नातेवाइकाने मुलगी दिली. ती जेव्हा पहिल्यांदा गरोदर होती, तेव्हा डॉक्टरांनी सांगितलं, तिला कॅन्सर आहे. तिच्या वडिलांनी तिचं आजारपण आमच्यापासून लपवलं होतं. आम्ही तिच्यावर उपचार केले; पण दुसरी मुलगी झाल्यावर ती वारली. माझ्या आई-बाबांना धक्का होता. पुढे कोरोनाच्या महासाथीमध्ये आई-बाबा गेले.'' गरीब, संकटांशी सामना करणाऱ्या मच्छीमारांच्या अनेक गंभीर समस्या त्यांनी माझ्यासमोर मांडल्या. प्रामुख्याने मुंबईत उदरनिर्वाह, रोजगाराचं मुख्य साधन असणाऱ्या मच्छीमारांचं, त्यांच्या कुटुंबीयांचं आयुष्य किती गंभीर स्वरूपाचं आहे, हे मला कळालं. मासेमारी संबंधित किती माणसं मरतात, किती अपघात होऊन घरी बसतात, याबाबत अनेक गोष्टी विलास नाईक यांनी सांगितल्या. तेव्हा या मासेमारी करणाऱ्यांना कोणी वाली आहे का नाही, असा प्रश्न मला पडला. आम्ही अलीकडच्या टोकाला आलो. आणलेल्या माशांचं गाठोडं विलास यांनी डोक्यावर ठेवलं. आम्ही बोलत-बोलत त्यांच्या घराच्या दिशेने निघालो.

रस्त्यात दोन ठिकाणी विलास यांच्या दोन मुली मच्छी विकण्यासाठी बसल्या होत्या. अगदी दोघी विशीच्या आतमधल्या. मोठी ज्योती आणि लहान मनीषा. दोघींचीही विलास नाईक यांनी माझ्याशी ओळख करून दिली. दोन्ही मुली ना शिक्षण घेत होत्या, ना एखादा छंद जोपासत होत्या. त्या दोन्ही मुलींच्या चेहऱ्यावर कमालीची चमक, समाधान दिसत होतं. आम्ही घरी गेलो. घरी दोन म्हातारी माणसं होती. विलास यांनी मला त्या दोघांची ओळख करून दिली. ते

दोघेजण विलास नाईक यांच्या पहिल्या पत्नीचे आई-वडील होते. त्यांच्या मुलाने घरातून बाहेर काढल्यावर विलास यांनी त्यांना आसरा दिला.

घरात फोडणीसाठी तेल होतं की नाही हे माहिती नाही, पण त्या आजी विलास यांच्या दोन्ही बायकांच्या फोटोसमोर दिवा लावत होत्या. त्या घराची परिस्थिती पाहून वाटत होतं, इथं सर्वांत जास्त दारिद्र्य आहे; पण समाधान आणि धैर्य याबाबतीत विचाराल, तर त्या घराची, इथल्या माणसांच्या मनाची श्रीमंती विचारू नका. मला जेवण्यासाठी ते आग्रह करत होते. मी विलास यांचा निरोप घेऊन माझ्या परतीच्या प्रवासाला लागलो. एक माणूस प्रचंड त्रास, संकटांना सामोरं जाऊनही जगण्याची उमेद सोडत नाही. ज्यानं अपघातात पाय गमावला होता. ज्यानं आपली माणसं गमावली, त्या माणसाला आधार देणारा ना निसर्ग आहे, ना शासन व्यवस्था! आपल्या अवतीभोवती विलास यांच्यासारखी अनेक मंडळी दिसतील, ज्यांच्या चेहऱ्यावर प्रचंड उत्साह आणि समाधान दिसेल; पण त्यांच्या मनात दुःखाची खूप मोठी कहाणी असेल. अशा माणसांशी बोला, त्यांना धीर द्या, त्यांचे अश्रू पुसा, म्हणजे निसर्ग त्यांच्या आणि तुमच्या डोळ्यांत अश्रू येऊ देणार नाही.

■

३.
उष्ट्या अन्नाची मालकीण

नांदेड जिल्ह्यातल्या बारड इथं माझे मेव्हणे सचिन कल्याणकर यांचं लग्न आटोपून मी माझी बहीण शारदा वरवंटकर हिला भेटण्यासाठी स्टेशन उमरी इथं गेलो. खूप दिवसांनी शारदाकडे भेटायला गेल्यामुळे मेव्हणे संदीप वरवंटकर यांचं आदरातिथ्य विचारू नका. संदीप यांचे मित्र बाळू यांनी भोकर उमरी रोडवर एक नवीन हॉटेल सुरू केलं. त्या हॉटेलला जायचा आमचा बेत ठरला. त्या हॉटेलमध्ये असणाऱ्या गावरान मेनूची चव खूपच छान होती. आम्ही मुंबईकर शहराच्या नावाने मोठे; पण जिभेला चवीच्या नावाने कायम कमनशिबी.

जेवण झाल्यावर मी मागच्या बाजूला हात धुण्यासाठी गेलो. हात धुताना थंडीनं काकडणाऱ्या एका आजीबाईंकडं माझं लक्ष गेलं. ती बाई हॉटेलमधील खरकटी भांडी धूत होती. तिच्या अवतीभोवती इतकी भांडी पडली होती, की त्यातून तिचा चेहराही दिसत नव्हता. ती एका हाताने भांडी धूत होती आणि दुसऱ्या हाताने आजूबाजूच्या कुत्र्यांना हाकलत होती. कमालीचा गारवा, त्यात चहूबाजूंनी पाणी, वर मोकळं आकाश... असं वाटत होतं, त्या आजीच्या कर्मासहित निसर्गही तिची परीक्षा पाहतोय.

जसजशी थंडी आपलं विशाल रूप धारण करीत होती, तसतसं त्या आजीच्या समोर असणारा भांड्यांचा ढीग वाढत होता. ती आजी मला त्या आईचं 'रूप' वाटत होती, ज्या आईला कधीही, कुठंही आणि कुणीही हरवू शकत नव्हतं. तिचं प्रेम, जिव्हाळा तर विचारूच नका. "आरे खंडोबा, राजा, जरा दमानं खा, किती घाई रं तुमची?" ती त्या कुत्र्यांना आपल्या लेकरांना बोलावं असं बोलत होती. थंडीने त्या आजीच्या दातांचा कुडकुडण्याचा आवाज माझ्यापर्यंत

येत होता. आजीभोवती असणाऱ्या कुत्र्यांना हाकलत मी आजीजवळ गेलो. माझी चाहूल लागताच आजीने डोक्यावरचा पदर दातांमध्ये एकदम घट्ट पकडला. मी आजीला म्हणालो, ''अहो आजी, तुम्हाला थंडी वाजत नाही का?''

माझे 'अहो' शब्द ऐकताच आजीच्या डोळ्यांमधली भीती एकदम नाहीशी झाल्याचं मला दिसत होतं. आजी हळू आवाजात म्हणाली, ''वाजते ना बापू, मग आता काय करू माय.' आपले हात चालवत आजी बस्स तेवढंच बोलली. ती आजी एका रिकाम्या भांड्यामध्ये ते उष्टं अन्न काढत होती आणि आजूबाजूंच्या कुत्र्यांना भांडण न करता ते अन्न समसमान करून वाटत होती. असं वाटत होतं, ती आजी उष्ट्या अन्नाची का होईना, मालकीण आहे. मी त्या आजीजवळ थांबलो, हे पाहताच त्या हॉटेलचे मालक शंकर शिंदे ऊर्फ बाळू माझ्याकडे पळत आले. ''काय पाहिजे आपणास, काय झालं?'' असं ते विचारत होते. मी बाळू यांना म्हणालो, ''काही नाही. मला आजींशी बोलायचं आहे. माझं बोलणं होईपर्यंत इथे कुणालाही पाठवू नका.''

बाळू आजीला म्हणाला, ''आजी, हे आपले पाहुणे आहेत, बोला तुम्ही यांच्याशी,'' असं म्हणून बाळू आतमध्ये गेले. बाळूचं बोलणं ऐकताच आजीने आपला तोंडात असणारा पदर सोडला. मी अनोळखी माणूस, ही तिची धाकधूक निघून गेली. मी आणि आजी दोघं एकमेकांशी खूप बोललो. आजीच्या मनामध्ये असणारं प्रचंड दुःख आजीच्या अश्रूंच्या रूपाने बाहेर पडत होतं. त्या आजींच्या आठवणी, दुःख सांगताना, ऐकताना ना आजीला थंडी वाजत होती, ना मला. दुःखाची ताकद सर्वांत जास्त असते, हे मला त्या आजीशी बोलताना जाणवत होतं. एका कुत्र्याचं पोट भरलं होतं. तो कुत्रा आजीला चाटत होता.

मी ज्या आजीशी बोलत होतो, तिचं नाव राधाबाई कांबळे. उमरीमध्ये पाण्याच्या टाकीजवळ राधाबाईचं घर आहे. राधाबाईला दोन मुलं आहेत. दोन्ही ड्रायव्हर आहेत. दोन सुना, सहा नातू असा मोठा परिवार; पण या मोठ्या परिवारात राधाबाईला बिचारीला एकटं एकटं वाटतं. आजी अगदी पिकलं पान, सत्तरी पार केलेल्या. मी राधाबाईला म्हणालो, ''आजी, तुमचा एवढा मोठा परिवार आहे आणि तुम्ही म्हणता मी एकटी आहे. असं कसं?'' आजी म्हणाल्या, ''बापू, इथं कुणी कुणाचं नाही हो. बाईचा जन्मच विस्तवावर पाय ठेवल्यासारखा आहे; तरीही जोपर्यंत बाईच्या कपाळावर कुंकू असतं, तोपर्यंत 'ती' कितीही दुःखी असली, तरी तिच्या जगण्यात आनंदाचा सुकाळ असतो. एकदा

मंगळसूत्राचा मालक गेला, की पुन्हा तिला विचारणारा कुणीही वाली नसतो.'' आजी भांडी घासणारी बाई होती; पण तिचं तत्त्वज्ञान, अनुभव एखाद्या महात्म्यासारखा होता. मी आजीला म्हणालो, ''तुमचे मालक कधी वारले?'' आजी एकदम किंचाळत म्हणाली, ''ते कधी जिवंत होते? माझं माहेर तामसा. बापाने काबाडकष्ट करून त्याच्याकडे जे होतं-नव्हतं, ते माझ्या यजमानाला दिलं. बिचाऱ्याने कधी सुख दिलं नाही. दिवसभर हमाली करायचा आणि रात्री दारू पीत बसायचा. लहान-लहान दोन मुलं बाप घरात आला, की आता मारणार म्हणून थरथर कापायची. एका रात्री दारू पिऊन पोरांचा बाप रात्री झोपला. मी सकाळी कामावर जायचं नाही का म्हणून उठवत होते, तर कळालं, पोरांच्या बापात जीवच नाही.'' हातातलं ताट तसंच बाजूला ठेवत आजी डोळ्यांतले अश्रू पुसत म्हणाली,

''संन्याशी गेला, मला एकटीला सोडून, इथं रोज जिवंतपणी मरायला.''

''आजी, तुमची मुलं आहेत ना? मग काळजी कशाची?''

आजी म्हणाली, ''आहेत ना बापू, पोटच्या दोन्ही पोरांना माझं देणं-घेणं नाही. बापाच्या पावलांवर पाऊल ठेवत पोरंपण दारू प्यायला शिकली. आपली माय मेली का जिवंत आहे, त्यांनी कधीही विचारलं नाही. रोज मरे, त्याला कोण रडे, अशी माझी अवस्था झाली आहे.'' आजी पुन्हा स्वतःहून म्हणाल्या, ''सुना कशा आहेत, त्या माझ्यासोबत कशा वागतात, हे विचारू नका. कधी म्हातारी मरणार, या भाषेत माझ्याशी बोलतात. नातवाला माझ्याविषयी सुनांनी खूप भरवलं. माझे नातू लहानाचे मोठे मी केले. आईप्रमाणे मी वाढवलं, त्यांना माझ्यापासून तोडलं. दर दिवशी मला इथं कामाचे दोनशे रुपये मिळतात, तेही सुनेच्या हाती द्यावे लागतात. मी तसं नाही केलं, तर माझे केस आणि तिचे हात असतात. बापा, पोरांना मोठं करण्यासाठी अवघं आयुष्य वेचलं हो आणि हाती काय आलं?'' आजी काम करत-करत रडत होत्या आणि मी आजीची समजूत काढत होतो. आजीला काय बोलावं हे मला सुचत नव्हतं. आता सर्व कुत्री शांत होऊन बाजूला बसली होती. काय माहीत, त्यांचं पोट भरलं म्हणून शांत होती, की आजी रडत आहे म्हणून शांत बसली होती. रोज 'खंडोबा महाराज, खंडोबा महाराज' म्हणणारी आजी आज का रडते, असा प्रश्न त्या कुत्र्यांना पडला असेल. तसं त्या कुत्र्यांशिवाय आजीवर प्रेम करणारं या जगात कुणीही नव्हतं. माझेही डोळे पाणावले होते.

माझे मेव्हणे संदीप वरवंटकर, माझे मामा संभाजी वरवंटकर, माझा भाऊ आनंद काळे, सुभेदार बालाजी शिंदे, बालाजी पतंगे, माझा मुलगा अथर्व ही सगळी मंडळी माझी वाट बघत बसली होती. हॉटेलचे मालक बाळू माझ्या जवळ येऊन त्यांनी मला आवाज दिला. मी आणि आजी दोघंही भानावर आलो, तेव्हा थंडी जाणवत होती. बाळू म्हणाले, ''दादा, आजी खूप स्वाभिमानी आहे. मी तिला नेहमी म्हणतो, आजी तुम्हाला काय हवं ते तुम्ही माझ्याकडून घेऊन जा, अशा थंडीत इथं काम करू नका; तर आजी मला म्हणतात, मला काम देणार असाल, तर पैसे द्या.''

स्वाभिमान गरिबालाच असतो, हे आजीच्या करारीपणामध्ये दिसत होतं. मी खिशात हात घातला, होते तेव्हढे पैसे आजीच्या हातावर ठेवले. ते पैसे आजीच्या हातात ठेवताना तिचा स्वाभिमान, संघर्ष, मातृहृदय या भावनांचा मला स्पर्श झाला. आजीचा निरोप घेऊन मी निघालो. मी दूर जाईपर्यंत आजी तोंडाला पदर लावून एकसारखं टक लावून बघत होती. काय माहीत, तिला मला अजून काय सांगायचं होतं ते!

सर्वांनी टाकून दिलेल्या अशा अनेक राधाबाईंसारख्या आजी रोज जीव मुठीत धरून पावलोपावली मरताना आपल्याला दिसतात. आपलं कर्तव्य आहे, त्यांना मायेची ऊब द्यायचं. 'मातृ देवो भव' असं केवळ पोथी-पुराणांत दिसतं. वास्तविक, तुम्ही-आम्ही राधाबाईला आईपण मिळवून देण्यासाठी काय करतो?

■

४.

चाफ्याची फुलं

चाफ्याचं नुसतं नाव जरी घेतलं, तरी चाफ्याच्या फुलांचा सुगंध मनात दरवळू लागतो. गुरुचरित्रामध्ये गुरूला जर चाफ्याच्या फुलांचा हार अर्पण केला, तर गुरूमधले अंश तुमच्यात येतात, असं वर्णन असल्याचं मी ऐकलं होतं. मी ठरवलं होतं, या वर्षी मी माझ्या गुरूला चाफ्याची माळ वाहणार. मग हा चाफा कुठे मिळेल? तो कुठून घ्यावा लागेल? हा शोध घेण्याचं माझं काम सुरू झालं. अनेकांना विचारल्यावर मला हवाय तसा हार कुठे मिळेल, याची माहिती मला मिळाली. गुरुपौर्णिमेला चारच दिवस उरले होते. काही कामानिमित्ताने मला मंत्रालयात जावं लागणार होतं आणि मला जशी हवी होती, तशी चाफ्याची माळ मला दादरला मिळणार होती. येताना दादरला जावं आणि हाराची ऑर्डर द्यावी, तो हार पुन्हा गुरुपौर्णिमेच्या दिवशी दादरवरून नवी मुंबईला कसा आणता येईल याचं नियोजन करावं, या विचारानं मी दादरला निघालो. दादरला दिलेल्या पत्त्यावर पोहोचलो. एक आजी जेवत होत्या. मी त्या आजींना विचारलं, ''गुरुपौर्णिमेकरिता चाफ्याची माळ हवीय. तुमच्याकडे मिळेल काय?''

तोंडात घास असल्यामुळे आजींनी होकाराची मान हालवली. ''बाजूला असलेल्या स्टूलवर बसा,'' असा इशारा मला त्यांनी केला.

त्यांचं जेवण झाल्यावर मी त्या फूलवाल्या आजींना चाफ्याच्या हाराविषयी विचारलं, त्यांनी बनवून देते असं सांगितलं. ''मी आदल्या दिवशी येतो किंवा कुणाला तरी पाठवतो,'' असं म्हटल्यावर आजी एकदम म्हणाल्या, ''अच्छा, म्हणजे तुम्हाला शिळा हार पाहिजे तर, बरं या मग.'' मला एकदम काही सुचेना. मी म्हणालो, ''शिळा हार म्हणजे नेमकं काय?' आजी म्हणाल्या, ''गुरुपौर्णिमेसाठी

मी चार किंवा पाच हारांचं काम घेते. मला वाटलं तुम्ही इतक्या आस्थेवाईकपणे विचारायला आलात, तर ताजा हार हवा असेल तुम्हाला.'' मी म्हणालो, ''मला ताजाच हार हवा आहे.'' ''मग तो नेण्यासाठी तुम्हाला भल्या पहाटे यावं लागेल,'' त्यांनी सांगितलं. मी म्हणालो, ''तसं असेल, तर मग मला रात्री दोन वाजताच यावं लागेल.'' आजी म्हणाल्या, ''चालेल.'' मी घरी निघालो. गुरुपौर्णिमेच्या दिवशी पहाटे तीनच्या सुमारास मी आजींच्या फुलांच्या दुकानावर पोहोचलो. माझ्याआधी दोन माणसं आली होती आणि आपला हार कधी मिळेल याची वाट पाहत होती. आजी म्हणाल्या होत्या ते अगदी खरं होतं. रानचाफ्यांच्या फुलांचा एकीकडे ढीग पडला होता, ती फुलं सुकली होती आणि आजी ज्या फुलांचा हार करीत होत्या, त्या फुलांमध्ये कमालीची चमक होती. बाजूला बसलेल्या दोन्ही माणसांना मी विचारलं, ''तुम्ही तुमच्या गुरूला अर्पण करण्यासाठी हार घेऊन जात आहात का?'' दोघेही ''नाही'' म्हणाले. एक जण म्हणाला, ''आम्ही गणपतीला हार घालण्यासाठी घेऊन जात आहोत.'' एक माणूस चाफ्याच्या फुलांच्या दोन पिशव्या भरून घेऊन आला. आजींना म्हणाला, ''एका पिशवीत ताजी फुलं आहेत, तर दुसऱ्या पिशवीत शिळी फुलं आहेत.'' आजी म्हणाल्या, ''ठेव बाबा इथं.'' मी त्या फुलं आणणाऱ्या माणसाला म्हणालो, ''तुम्ही कुठले?'' तो म्हणाला ''रत्नागिरी.'' मी म्हणालो, ''शेतकरी का?'' तो म्हणाला ''हो.'' मी म्हणालो, ''चांगली पिकते का शेती?'' तो म्हणाला, ''नका विचारू बाबा, निसर्ग देतो भरभरून; पण सर्व काही व्यापारशाहीच्या हातात असतं. मी या आजींकडे थेट फुलं देतो म्हणून मला चार पैसे तरी मिळतात.''

ज्या दोन माणसांना हार हवे होते, त्यांनी ते हार घेतले आणि ते गेले. आता मी आणि आजी आम्ही दोघंच तिथं होतो. आजी म्हणाल्या, ''बसा, तुम्हीही गणपतीसाठी हार घेऊन जात आहात काय?'' मी म्हणालो, ''नाही, मी माझ्या गुरूंसाठी हार घेऊन जात आहे.'' ''माझ्याकडे मोठ्या मठाचे स्वामी आता एक वाजता येऊन गेले. दरवर्षी हार विणताना ते माझ्याजवळ येऊन बसतात. त्यांची धारणा आहे, हार विणताना आपण जवळ बसलो म्हणजे, त्या हाराला आपल्या मनाचा सुगंध लागतो.'' आजी अगदी शांतपणे बोलत होत्या आणि मी मन लावून ऐकत होतो. आजी जो हार तयार करत होत्या, तो चारपदरी होता. तो हार विणणं इतकं सोपं काम नव्हतं. प्रत्येक फूल विणताना सुई हातात घुसायची. टेक्नॉलॉजी खरंच अजून इतकी बदलली नव्हती की, त्या आजींच्या हाताची होणारी चाळण

थांबवू शकेल. तो हार तयार करायला दोन तास गेले. त्या दोन तासांत आजींच्या हाताला त्या सुईच्या माध्यमातून किती त्रास झाला माहिती नाही. आजी ना त्या सुईच्या टोकाला घाबरल्या, ना त्रासून गेल्या; पण मी त्यांचा जुना इतिहास खोदून खोदून विचारताना त्या अनेक वेळा रडल्या. मोकळ्या झाल्या. मी ज्या आजींशी बोलत होतो त्यांचं नाव गुरुमाता संदेश राणे. मूळच्या कोकणामधल्या असणाऱ्या गुरुमाता यांना तीन मुलं आणि एक मुलगी. फुलांच्या व्यवसायातून आपल्या कुटुंबाचा उदरनिर्वाह करणारं राणे कुटुंब तसं अगदी सुखात होतं. पण एकदा गणेशोत्सवाच्या काळात संदेश नेहमीप्रमाणे रात्रीच्या वेळी शेतकऱ्यांकडून फुलं विकत घेऊन बसले, ते सकाळ होण्याची वाट पाहत झोपले होते आणि पहाटे उठण्याच्या तयारीत असणाऱ्या संदेशच्या अंगावरून मालट्रक गेला. संदेश यांचा जागीच जीव गेला. राणे कुटुंबीयांचा कर्ताधर्ता माणूस गेला.

आता रडत आणि दुःख करत किती दिवस बसायचं, हा प्रश्न होता. गुरुमाता सावरल्या. आपल्या नवऱ्याचा व्यवसाय त्या पुढे न्यायला लागल्या. त्यांनी हिमतीने पोरांना लहानाचं मोठं केलं. कालांतराने तेही व्यवसायाला मदत करायला लागले. अलीकडे चार वर्षांपूर्वी दोन मुलं फुलं आणायला म्हणून कोकणात गेली आणि घरी परत येताना त्यांच्या डेडबॉडीच घरी आल्या. त्यांच्या वाहनाला जबरदस्त अपघात झाला होता. गाडीतली सगळीच्या सगळी माणसं दगावली होती.

आजी हे सर्व सांगताना माझ्या अंगावर काटा येत होता. आजी जितक्या खंबीर होत्या, तितक्याच कणखर होत्या. त्यांनी दिवस-रात्र एक करून आपलं कुटुंब सावरलं, उभं केलं, मुलींची लग्नं केली. आजी सांगत होत्या, ''माझे यजमान मोठ्या मनाचे होते, त्यांनी खूप मोठी माणसं जोडली.'' मी आजींना मध्येच म्हणालो, ''आजी आपला तिसरा मुलगा कुठे आहे?'' आजी म्हणाल्या, ''काय सांगू बाबा, कर्माचे भोग काही पिच्छा सोडेनात. दोन वर्षांपूर्वी मुलाचं लग्न केलं आणि मागच्या वर्षी त्याला अर्धांगवायूचा झटका आला. आता तो अंथरुणावरच पडून आहे. त्याची बायको त्याला सोडून गेली. माझी मुलगी तिच्या आणि माझ्या अशी दोन्ही परिवारांना हातभार लावते.''

माझा हार तयार झाला होता, पण आजींचं आपल्या व्यथा सांगणं काही कमी झालं नव्हतं. किती संघर्ष, किती यातना, तरीही कमरेला पदर खोचून या वयातही त्या दिवस-रात्र काम करतात. मला एक प्रश्न पडला, ''या आजींनी

देवासाठी, गुरूंसाठी आपल्या हातांची चाळण करत शेकडो हार बनवले असतील, मग त्यांमधला एकही हार देवाला पावन झाला नसेल का?'' मी भानावर आलो आणि वर पाहिलं, आजींनी बनवलेला हार हिऱ्या-मोत्यांच्या हारापेक्षा देखणा होता. तो हार मी हातात घेतला आणि त्या आजींच्या पाया पडलो. तिलाही आश्चर्य वाटलं. तिथून मी पुण्याच्या दिशेने निघालो. मी जेव्हा माझ्या गुरूंना तो हार घातला, तेव्हा त्या हाराच्या सुगंधापेक्षा त्या आजींच्या अश्रूंनी त्या हारात अधिक चमक आली, असं मला वाटत होतं. गुरूंचा सन्मान करताना माझ्या एका डोळ्यात आनंदाश्रू होते, तर गुरुमातेच्या सोबत नियतीने खेळलेल्या खेळामुळे दुसऱ्या डोळ्यात दुःखाश्रू होते. आपल्या अवतीभोवतीही अशा अनेक गुरुमाता नियतीशी झुंज देत असतील.

■

५.

‘अंजान’यात्री

औरंगाबादमध्ये ऐश्वर्या शिंदे, मीरा ढास, अश्विनी मोरे, किशोर महाजन यांचा पाहुणचार घेऊन मी शिर्डीमार्गे नाशिकला निघालो. मराठवाडा आणि उत्तर महाराष्ट्र यांना जोडणाऱ्या रस्त्याची अवस्था खूपच वाईट होती. मी शिर्डीच्या बसस्थानकाजवळ आलो. मला फोन आला. मी गाडी कडेला थांबवली. फोनवर बोलत गाडीबाहेर आलो.

तेवढ्यात एक आजी माझ्या पुढं येऊन ‘‘बाबा, काही तरी दे ना,’’ म्हणू लागल्या. हातात काठी, चेहऱ्यावर तकाकी, मुखातून ‘साईबाबा, साईबाबा’ असा जप... फोनवरचं माझं बोलणं संपायची वाट पाहत आजी तिथंच घुटमळल्या. माझं बोलणं संपलं. आजींनी हात जोडून पुन्हा पैशासाठी हात पुढं केला. मी काही पैसे दिले. आजी आभार मानू लागल्या, तेवढ्यात एक अपंग व्यक्ती तिथं येऊन आजींना म्हणाली : ‘‘अहो माउली, चला ना, सगळे जण जमले आहेत.’’

आजी बसस्थानकात मोकळ्या असलेल्या ठिकाणी लगबगीनं गेल्या व तिथं आधीपासूनच असलेल्या लोकांत जाऊन बसल्या.

पायी शिर्डी येतो साईनाथा
तुम्ही दर्शन द्यावे आता ॥
तुमच्या नादानं मी पाहिली
पाहिली तुमची शिर्डी ॥
पायी शिर्डी येतो साईनाथा

आजींचं भजन तल्लीनतेनं सुरू झालं. बसस्थानकात असणारे सर्व भिकारी

आजींच्या अवतीभवती येऊन बसले होते. मीही आजींच्या अगदी शेजारी जाऊन बसलो. गाण्यांवर गाणी म्हटली जात होती. थोड्या वेळानं आजींची माझ्याकडे नजर गेली.

''बाबा, तुम्ही असे खाली का बसलात?'' आजींनी मला विचारलं आणि स्वतःच्या अंगावरची शाल काढत त्या म्हणाल्या : ''हिच्यावर बसा.''

आसपासचे सर्व भिकारी माझ्याकडे कौतुकानं पाहू लागले. दीडेक तासानं गाण्यांची, भजनांची मैफल संपली. तिथल्या तिथंच सगळ्यांची पांगापांग झाली आणि आपापल्याकडचं जे काही रुखंसुकं असेल ते काढून सगळे जण खाऊ लागले. काही जणांकडे काहीच नव्हतं. ज्यांच्याकडे होतं त्यांनी आपल्याकडचं अन्न त्यांना दिलं. अभावग्रस्त स्थितीतही त्या सगळ्या भिकाऱ्यांच्या चेहऱ्यावर काय आनंद होता! ना कोरोनाची चिंता... ना पाऊसपाण्याची... ना महागाईची... ना सरकार काय करतंय याच्याशी त्यांना काही देणं-घेणं... पोटाला चार घास खाल्ल्यानंतर त्यांच्यातले काहीजण तिथंच लवंडले. झोपी गेले.

आजींनीही त्यांच्याकडचा भाकरतुकडा काढला आणि तो खाता खाता मला विचारलं :''बाबा, तुम्ही जेवलात?''

मी 'होय' म्हणालो. आजींचं जेवण झालं. तुम्ही कुठून आलात, कधीपासून इथं आहात... अशा आमच्या गप्पा सुरू झाल्या.

मी ज्या आजींशी बोलत होतो त्यांचं नाव अंजनाबाई लहानू लोणार. आजींचं गाव नाशिक जिल्ह्यातलं वणी. वय ६५. साईबाबांची भक्ती त्या लहानपणापासूनच करू लागल्या होत्या. चार वर्षांपूर्वी त्यांना अर्धांगवायूचा झटका आला आणि आजवर व्यवस्थितपणे सुरू असलेलं जगणं काळवंडून गेलं.

'आपल्याला साईबाबाच बरे करतील,' या श्रद्धेपोटी आजींनी शिर्डी गाठली. तिथंच राहू लागल्या. ज्या दिवशी मंदिराच्या समोर जेवण मिळत नाही त्या दिवशी कुणाकडं तरी मागून खायचं आणि रात्री शिर्डीच्या बसस्थानकात येऊन झोपायचं असा दिनक्रम. 'कुठलाही इलाज करून घेता आजार आता पूर्णपणे बरा झाला आहे,' असं आजी मला वारंवार सांगत होत्या. ही आजींची श्रद्धा त्यांच्या मुखातून बोलत होती.

आजी म्हणाल्या, ''गावी दोन दिवस गेले की पुन्हा अंग दुखायला लागतं; मग मी पुन्हा लगेच तिसऱ्या दिवशी शिर्डीची वाट धरते. सगळा आनंदीआनंद आहे. गोरख, भगवान, बाळासाहेब, मीराबाई, यमुना अशी पाच अपत्यं, जावई,

सुना असं मोठं कुटुंब आहे माझं. सगळे माझ्यावर जिवापाड प्रेम करतात; पण माझं प्रेम साईबाबांवर आहे...''

आजींशी गप्पा सुरू असतानाच गस्त घालणारे पोलीस येतात. एक पोलीस आजींच्या समोर येऊन चौकशी करू लागतो, ''काय आजी, झालं का भजन? आज काही खायला होतं ना?''

हात जोडून आजींनी होकारदर्शक मान हालवली व पुन्हा माझ्याकडे वळून मला विचारलं, ''बाबा, तू साईबाबांचं दर्शन घेतलंस का?''

मी म्हणालो, ''नाही.''

आजी म्हणाल्या, ''कधी घेणार?''

'मी नास्तिक आहे,'' मी म्हणालो. आजी एकदम प्रसन्न मुद्रेनं म्हणाल्या, ''बाबा, जो आपला कामधंदा सोडून माझ्यासारख्या फाटक्या बाईशी चार चार तास बोलतो, त्याला मंदिरात जाण्याची गरज काय? बाबा, देव मानण्यावर आहे रे... मी मंदिरातल्या त्या साईबाबांच्या मूर्तीवर प्रेम करते. माझी श्रद्धा आहे. साईंविषयी थोडी सबुरी ठेवली ना, तर जे पाहिजे ते मिळतंच, बाबा!''

शिक्षणाबाबत आजी अडाणी होत्या; पण त्यांचं बोलणं एखाद्या तत्त्वज्ञानाच्या प्राध्यापकासारखंच मला वाटलं. माझ्याशी गप्पा मारताना पतीच्या, नातवांच्या आठवणींनी आजी काहीशा हळव्या झाल्या.

''साईबाबांच्या मंदिरातले अनुभव तुम्ही मला सांगितलेत, तसे काही अनुभव बसस्थानकातलेही आहेत का?'' मी आजींना विचारलं.

आजी म्हणाल्या, ''बाबा, काय सांगू? बसस्थानक म्हणजे निवारा नसलेल्यांचं घर. परवा एक बाई नवऱ्याशी भांडून माहेरी निघाली. शेवटची बस हुकली. मुलांची आठवण येते म्हणून एकटीच रडत बसली होती. मी तिची समजूत काढली. माझं अंथरूण-पांघरूण तिला देत रात्रभर तिच्या भोवती पहारा देत बसले होते मी! सकाळी तिचा नवरा आला आणि तिला घेऊन गेला. राग आणि मीपणा चांगल्या आयुष्याचा सत्यानाश करतो...''

आजी बोलता बोलता पुनःपुन्हा 'संत अंजना'बाईंच्या भूमिकेमध्ये जात होत्या. बसस्थानकात शेवटच्या बसचा पुकारा सुरू होता... ''प्रवाशांनो लक्ष द्या. फलाट क्रमांक तीनवर लागलेली अकरा वाजून पाच मिनिटांची बस नगरला जाणारी शेवटची बस आहे.'' यात्री, अर्थात प्रवासी, येत होते-जात होते. त्या शिर्डीच्या बसस्थानकाला ते 'अंजान' प्रवासी तसे नेहमीचे होते. ते 'यात्री'

आपल्या ठरावीक ठिकाणी जात होते. साईबाबांच्या भक्तीशी एकरूप झालेल्या अंजान आजींनी मात्र शिर्डीच्या त्या बसस्थानकाचं जणू 'मातृत्व'च स्वीकारलं होतं! आई कुठंही जरी गेली तरी रात्री परत आपल्या बाळाकडेच येते, तसं आजींचं त्या बसस्थानकाशी नातं होतं... मला वाटून गेलं. मी माझा फोन पाहिला. अनेकांचे कॉल होते. सर्वांत जास्त कॉल प्रा. सुरेश पुरी सरांचे होते.

''नाशिकला पोहोचलो की फोन करतो,'' असं मी त्यांना सांगितलं होतं. तसा मी सात वाजताच नाशिकला पोहोचणार होतो; पण आता साडेअकरा वाजले होते. मी माझ्या प्रवासाला निघालो...आजींनी माझ्या पाठीवरून हात फिरवला. कडाकडा बोटं मोडली. ''ये रे बाबा, पुन्हा मला भेटायला,'' म्हणत आजी भावुक झाल्या.

'थांब बाबा,'' म्हणत मीच दिलेले पैसे आजींनी माझ्या हातावर ठेवले आणि म्हणाल्या, ''तू हे पैसे घेतलेच पाहिजेस. माझ्या नातवाला, म्हणजे तुझ्या मुलाला, या पैशांचा खाऊ घेऊन जा...''

आजींनी मला 'हो-नाही' म्हणूच दिलं नाही.

मी ते पैसे चुपचाप स्वीकारले. एकीकडे हृदयापासूनची भक्ती आणि दुसरीकडे मनस्वी जीव लावणं, अशी त्या आजींची ओळख त्या सर्वांत आनंदी, मनानं श्रीमंत असणाऱ्या तिथल्या त्या भिकारी-समुदायाला असावी...

■

६.

अधुऱ्या प्रेमाची करुण कहाणी...!

पुण्यातील मीटिंग आटोपून मी मुंबईला निघालो. अचानक माझा भाऊ नंदकिशोर आडलंग याचा मला फोन आला. तो म्हणाला, "दादा, तुम्ही गेलात ना बस स्टँडला पार्सल घ्यायला?" मला एकदम आठवलं, नंदूने नांदेडवरून काही पार्सल पाठवलं होतं. मी काही दिवस पुण्यात होतो, त्यामुळे नंदूने ते पार्सल बसने पुण्यात पाठवलं होतं. सकाळी त्याने मला फोन करून गाडीची वेळ सांगितली होती, पण मी बस स्थानकात जायचं विसरून गेलो होतो. मी बस स्टँडला पोहोचलो. त्याच वेळी एका बाईला पोलीस हाकलत असताना पाहिले. काखेमध्ये लहान पोर असलेल्या बाईला ते हाकलत होते. ती बाई वेडी होती की तिने वेडेपणाचं सोंग घेतलं होतं, हे मला कळेना.

बस स्थानकाच्या गेटपर्यंत त्या बाईला पोलिसांनी हाकललं. मी त्या बाईकडे बारकाईने पाहत होतो. जसं ते पोलीस बाहेर गेले, तसं ती बाई बस स्थानकात परत यायला निघाली. ती बस स्थानकात आली आणि कोणालाही दिसणार नाही, अशा कोपऱ्यात जाऊन बसली. तिची भिरभिरणारी नजर कोणाला तरी शोधत होती. तिला पोलिसाला दिसायचं नव्हतं, पण तिला काहीतरी शोधायचं होतं. अशी तिची कसरत सुरू होती. तिच्या नजरेच्या आड येणारं तिचं बाळ ती शांत करत होती. त्या बाळाला खूप भूक लागली असेल, म्हणून ते रडत असेल. तिची भिरभिरणारी नजर काहीतरी शोधत होती हे खरं होतं. येणाऱ्या बसमधून उतरणाऱ्या माणसांचा चेहरा ती न्याहाळत होती.

अचानक पोलिसांची गाडी आली. तिने आपला चेहरा झाकून घेतला. ती शांत पडून होती. गाडी जाण्याचा कानोसा तिने घेतला. ती उठली आणि

आजूबाजूच्या प्रवाशांना त्या लहान चिमुकल्याला दाखवून खायला काहीतरी द्या, अशी विनंती करू लागली होती. बिचारीला भिकेसाठी कुणी दाद देत नव्हतं. मी बॅगेमधला थोडा खाऊ काढला, तो हातात घेऊन तिच्या दिशेने निघालो. तिच्यापुढे तो खाऊ धरला, तिच्या चेहऱ्यावर मला थोडा आनंद दिसला. तिने तो खाऊ घेतला. दूर एका कोपऱ्यात जाऊन ती बसली. ती मुलाला भरवत होती. तिच्या खोल-खोल डोळ्यांवरून लक्षात येत होतं, की तिलाही भूक लागली असेल; पण ती एकही घास खात नव्हती. मुलाचं पोट भरल्यावर तिने खायला सुरुवात केली. ती कोण आहे? कुठून आली? मला तिच्याशी बोलायचं होतं; पण सुरुवात कशी करावी, हेच मला कळत नव्हतं.

मी पाण्याची एक बाटली घेतली आणि तिला नेऊन दिली. मी तिला हळू आवाजात विचारलं, ''तुम्ही कोणत्या गावचे?'' माझा आवाज ऐकताच तिने अंगावरचा पदर सावरला. आपल्या बाळाला घट्ट पकडलं. ती घाबरल्याचं मला जाणवत होतं. मी हळू आवाजात म्हणालो, ''ताई आपल्याला काही मदत करू का?'' तिने नकारात्मक मान हालवली. मी पुन्हा विचारलं, ''तुम्ही कुणाला शोधता आहात काय?'' तिने एकदम आश्चर्याने माझ्याकडे पाहिलं. मी पुन्हा म्हणालो, ''अहो, काही काळजी करू नका, मला सांगा, मी तुम्हाला मदत करतो.'' ती बाई माझ्याकडे एकटक लावत म्हणाली, ''नाही करू शकत दादा तुम्ही माझी मदत.'' तिचं बोलणं ऐकून मला एकदम धक्का बसला. ती बाई तिच्या अवतारावरून मला वेडी वाटत होती. पोलीस तिला ''वेडे बाहेर हो, बाहेर हो,'' असं ओरडत होते. मलाही ती वेडी वाटली होती, पण ती वेडी नव्हती. तिने स्वतःला सावरलं. मी जे जे बोलत होतो, त्या त्या प्रश्नाला ती उत्तरं देत होती. बराच वेळ तिचं बोलणं ऐकून मी विचार करत होतो. काय तिचं नशीब, कोणत्या जन्मीचं पाप तिच्या नशिबी आलं असेल म्हणून तिला एवढ्या हाल-अपेष्टा सहन कराव्या लागत असतील, काय माहिती? आमचं बोलणं सुरू असताना दोन वेळा पोलीस तिला टोकून गेले.

मी ज्या बाईशी बोलत होतो, तिचं नाव जमुना वामन ताटे! तिच्या गावाचं नाव मुर्तुजापूर. जमुना आपल्या घराच्या बाजूला असलेल्या गंगा नामदेव कांबळे या मुलाच्या प्रेमात पडली. सोबत जगायचं, सोबत मरायचं, अशा आणा-भाका या जोडीने घेतल्या. दोघांच्या जाती भिन्न. त्यामुळे घरातून लग्नासाठी पूर्णपणे विरोध. जमुनाचं लग्न ठरलं. गंगा-जमुना दोघांनी कुठं तरी दूर पळून जायचा

निर्णय घेतला. जमुनाचं लग्न चार दिवसांवर आलं, तेव्हा दोघं घराच्या बाहेर पडले. कुठं जायचं, तर मित्र असल्यामुळे पुणे हे शहर ठरलं. दोघांच्या घरची परिस्थिती जेमतेम. त्यामुळे फार फार तर तिकिटाचे पैसे जवळ होते. पुण्यात गंगाच्या मित्राच्या रूमवर काही दिवस काढले. गंगा बाहेर गेला, की त्याचा मित्रच तिला 'माझ्याशी लग्न करशील का,' अशी विचारणा करत होता. ''मी गंगाला सांगितल्यावर आम्ही त्या मित्राची रूम सोडली. काही दिवस रेल्वे स्टेशन, बस स्टँडवर येऊन झोपलो. आमच्या घरचे आमचा शोध घेत पुण्यात आले, पण आम्ही त्यांच्या हाती लागलो नाही. एका वाड्यात आम्ही घरकामासाठी दोघंही कामाला लागलो. आम्ही तिथंच राहायचो. एकदा त्या घरात चोरी झाली. आमचा दोष नसताना आम्हाला तीन दिवस पोलीस स्टेशनची हवा खावी लागली. तिथलं काम गेलं. आम्ही पुन्हा बस स्टँडला राहायला आलो. काय करावं, काही सुचेना. ऐश-आरामाचं आयुष्य, लग्न करणं तर सोडा; दोन वेळचं खाणं कसं मिळेल, याचीही काळजी वाटू लागली.

एके दिवशी सकाळी गंगा गेला आणि परत आलाच नाही. त्याने मला अनेक वेळा सांगितलं होतं, मला कितीही उशीर झाला तरी मी बस स्टँडवर तुझ्यासोबत येईनच. मी त्याची वाट पाहत अनेक दिवस, महिने घालवले. तो त्याच्या गावीही गेला नव्हता. मला वेड्यासारखे झटके येऊ लागले. अनेक संस्थांनी मला, 'आमच्याकडे राहा' असं सांगितलं, अनेक लोकांनी माझा इलाज करण्यासाठी दवाखान्यात दाखल केलं; पण मी तिथून इथं बस स्थानकामध्ये पळून यायची.'' मी म्हणालो, ''तुमच्या घरच्यांना हे सांगितलं नाही का?'' जमुना म्हणाली, ''सांगितलं. शेवटी आई-बाबा बिचारे सारं काही विसरून मला घरी नेण्यासाठी आले; पण मी नाही गेले. घरी तीन लग्नाच्या बहिणी होत्या. अगोदर बापाची इज्जत गेली होती. घरी जे काही घडलं, ते माझ्यामुळे घडलं असं होतं. आल्या पावली आई-वडील घरी गेले. गंगाने मला सांगितलं होतं, मी परत येणारच!'' जमुना माझ्याशी बोलत होती, पण तिचं सर्व लक्ष येणाऱ्या बसमध्ये होतं. कुठूनतरी गंगा येईल, असं तिला आजही वाटत होतं.

मी जमुनाला म्हणालो, ''मी तुम्हाला दवाखान्यात नेतो, एखाद्या सामाजिक संस्थेला सांगून तिथं घेऊन जायला सांगतो, तुमच्या बाळाला शिकवू या.'' जमुनाने नकाराची मान हालवली. अगदी शेवटपर्यंत, 'माझा गंगा येईल आणि मला घेऊन जाईल', असं ती मला सांगत होती. मी निघालो. मनात एक विचार

आला, या दोघांनी आई-वडिलांचं ऐकलं असतं तर किती बरं झालं असतं. या दोघांच्या एका निर्णयामुळे कुमारी माता, अनाथपण, कुणाचा तरी जीव जाणं... असे एक नाही, अनेक प्रश्न इथे निर्माण झाले आहेत. गंगा जिवंत आहे की नाही माहिती नाही; पण जिवंत असणारी जमुना मात्र दर मिनिटाला त्याच्या आठवणीत मरत होती. तुमचा एक निर्णय आयुष्याची राखरांगोळी करू शकतो. प्रेम करा; पण डोळसपणे. तुमचं प्रेम सक्सेस होईल; पण त्याचे विषासारखे वाईट परिणाम होणार नाहीत, याची काळजीही घ्यावी लागेल.

■

७.

कोयत्याचं लग्न डोरल्याशी

ऐन पावसाळ्याच्या दिवसांत मराठवाड्यातलं ऊन रखरखीत वाटत होतं. मी जालना सोडून नांदेडच्या दिशेने निघालो होतो. परभणीमध्ये मला काही जणांना भेटायचं होतं. रस्त्यावरच्या एका रसवंतीगृहावर आम्ही गाडी थांबवली. रस पिल्यावर मन एकदम तृप्त झालं. रस देणाऱ्या आजोबांना मी म्हणालो, ''आजोबा काय ताजा, स्वादिष्ट रस दिलात. अस्सल गावरान चव लागत आहे. ऊस तुमच्या शेतातला दिसतोय.'' आजोबा म्हणाले, ''नाही हो, बाजूच्या शेतातून आणला आहे.'' आजोबा तिकडे बोट करत म्हणाले, ''त्या शेतामधल्या शेतकऱ्याने वेगळा प्रयोग केला आहे, त्यातून हा चवदार ऊस आलाय.''

माझ्या मनात आलं, ''आपण शेतकरी असून या चवदार उसाविषयी आपल्याला माहिती नाही. आपण हा ऊस कसा येतो, याची माहिती घेतली पाहिजे.'' मी त्या ऊस असणाऱ्या शेताच्या दिशेने निघालो. त्या शेतकऱ्याच्या आखाड्याच्या दिशेने जाताना माझ्या कानावर ऊसतोडणीचा आवाज येत होता. ऊसतोडणीच्या तंद्रीत बंजारा भाषेत एक महिला गाणं म्हणत होती. मी थोडा पुढे गेलो तसा मला एकदम चुलीवर भाजल्या जाणाऱ्या भाकरीचा वास आला. तीन दगडांवरच्या चुलीवर तवा तापलेला होता. एक मुलगी भाकरी थापत होती. माझ्या पायांचा आवाज ऐकून त्या मुलीचं लक्ष माझ्याकडे गेलं.

तव्यावरच्या फुगलेल्या भाकरीवरून माझं लक्ष पुन्हा त्या मुलीकडे गेलं. तिच्या गळ्यात असणारं काळ्या मण्यांतील डोरलं पाहून मी अवाक झालो. एवढी लहान मुलगी आणि तिचं लग्न झालंय? बाजूला एक माणूस तंबाखू चोळत मोबाइलमध्ये डोकं घालून बसला होता. प्रचंड काबाडकष्ट करणाऱ्या माणसाच्या

मनावरही मोबाइल नावाच्या यंत्राने किती भुरळ घातलीय, हे मला त्याच्या दंग होण्यावरून जाणवत होतं.

मी त्या माणसाकडे बघत, त्याला 'राम राम' म्हटलं. त्यांनीही मला प्रतिसाद दिला. ''झाली का न्याहारी?'' म्हणत मी त्यांच्याशी बोलायला सुरुवात केली. बऱ्याच गप्पा झाल्यावर मी त्यांना म्हणालो, ''भाकरी करतेय ती तुमची मुलगी आहे का?'' ते म्हणाले, ''नाही, माझी सून आहे.'' आमचं बोलणं सुरू होतं, तितक्यात एक मुलगी आणि एक म्हातारा माणूस तिथे आला. तो म्हातारा माणूस माझ्यासोबत गप्पा मारणाऱ्या त्या माणसाला म्हणाला, ''अहो, माझ्या पायाने यायला उशीर झाला. एकट्या पोरीला पाठवायचं कसं, म्हणून मीही आलो सोबत.'' तंबाखू खाणारा माणूस त्या आजोबांवर चिडला आणि म्हणाला, ''हे तुमचं रोजचं झालं आहे.'' पोरगी तिकडे कामाला लागली. आजोबा बिचारे खाली मान घालून तिथे थांबले होते. त्या दोघांसोबत माझ्या खूप गप्पा रंगल्या. जे तंबाखू खात होते, त्यांचं नाव नरबा राठोड, ते उस्मानाबादचे. अनेक वर्षांपासून ते ऊसतोडणीचं काम करतात. अलीकडे ऊस तोडणाऱ्या जितक्या जोड्या असतील, तितकी पैशांची उचल मिळते. मग यासाठी जास्तीत जास्त जोड्या असणं गरजेचं आहे. त्या जोडीसाठी मग छोट्या-छोट्या मुलांची लग्नं करायची जणू प्रथाच रूढ झाली. आपल्या नातीला ऊसतोडीसाठी रोजंदारीवर घेऊन आलेले आजोबा श्यामराव जाधव, त्यांनी आठवीपर्यंत आपल्या नातीला शिकवलं. पुन्हा घरकामाला मदत आणि गरिबीला हातभार लागावा यासाठी त्यांनी तिला कामाला लावलं. मी त्या आजोबांच्या जास्त जवळ जाऊ शकत नव्हतो. कारण त्यांच्या तोंडाला दारूचा वास येत होता. नरबा यांची सून तेरा वर्षांची, तर श्यामराव यांची नात चौदा वर्षांची. हे मला गप्पांमधून कळालं. ती भाकरी करणारी मुलगी आता ऊसतोडणीच्या कामाला लागली होती. त्या दोन्ही लहान मुलींना पाहून माझं मन हेलावून गेलं होतं.

नरबा यांची सून जिजाबाई कोयत्याने उसावर घाव घालत होती. एका घावामध्ये तिला ऊस तुटत नव्हता, दुसरा घाव तिला घालावाच लागत होता, इतका अशक्तपणा तिच्या अंगामध्ये जाणवत होता. जिजाबाई जेव्हा उसाची मोळी बांधत होती, तेव्हा तिच्या गळ्यातलं डोरलं त्या कोयत्याला लागत होतं. असं वाटत होतं, जणू काही तो कोयता त्या डोरल्याची माफी मागतोय. तसं ते काळ्या मण्यांचं डोरलं आणि ऊस तोडणारा कोयता यांचाच लग्न सोहळा झाला

होता. आशाचे खोल खोल गेलेले डोळे तिच्यामध्ये नसलेल्या ताकदीची साक्ष देत होते. मी त्या दोघींशीही बोलायचा प्रयत्न केला; पण सासरा आणि आजोबांसमोर त्या दोघींच्या तोंडून शब्द निघणं म्हणजे आश्चर्यच.

''एक कोयता वाढला तर विशिष्ट प्रकारची रक्कम वाढवून मिळू शकते. आमचा समाज मुलींना शिकवत नाही,'' असं नरबा सांगत होते. आशाचे आजोबा म्हणाले, ''जमाना फार बदलला आहे. मुलींबद्दलच्या, महिलांबद्दलच्या रोजच्या घटना ऐकून मन उदास होतं. भोवतालचं वातावरण पाहिलं की भीती वाटायला लागते. मुलीच्या जातीला काचेसारखं सांभाळावं लागतं. माझ्या नातीच्या लग्नाची प्राथमिक बोलणी झाली. गुपचूप एखाद्या दिवशी साखरपुडा, मध्ये लग्न उरकून व्हावं असं चाललंय.'' ते आजोबा बोलताना बोलून गेले. त्या दोघांनाही आशा आणि जिजाबाई यांच्याबद्दल कमालीची आत्मीयता आहे; पण ती आत्मीयता तिच्या हक्कासाठी, स्वातंत्र्यासाठी अजिबात नव्हती. 'तिने' प्रचंड काम करावं, मुलींच्या चौकटीत राहावं, यासाठीच त्यांचा पुढाकार होता.

मी फार अस्वस्थ झालो होतो. मी परभणी गाठलं, काही मित्रांशी बोललो. तिथले महिला, बालकल्याण अधिकारी यांचा संपर्क काढून त्यांचं कार्यालय शोधलं. त्या कार्यालयात कैलास तिडके नावाचे महिला, बालकल्याण अधिकारी होते. त्यांच्यासोबत खूप गप्पा झाल्यावर त्यांना मी आशा आणि जिजाबाई यांविषयी बोललो. मी विषय काढताच त्यांनी माझ्यासमोर फायलींचा ढिगारा ठेवला. बालविवाह, मुलींच्या शिक्षणाचा गंभीर विषय ते कोळून प्यायले होते. बालविवाह करणाऱ्या, लावणाऱ्या अनेकांना त्यांनी बेड्या ठोकल्या होत्या. कैलास तिडके सांगत होते, ''परभणीत बालविवाहांचं प्रमाण ४८ टक्के आहे. मुलींच्या शिक्षणाचं प्रमाण २८ टक्के आहे.'' हे ऐकून मी अवाक झालो. कैलास तिडके मला अनेक घटना सांगत होते. त्या ऐकून माझ्या अंगावर काटा येत होता. कैलास तिडके यांनी आपल्या टीमच्या माध्यमातून या दोन्ही विषयांसाठी मोठ्या प्रमाणावर जनजागरण केलं, पण ते शेवटच्या टोकाला पोहोचणार कसे, हा प्रश्न होताच. एकट्या परभणी जिल्ह्यात ८५० गावं आणि बोटांवर मोजता येईल एवढी यंत्रणा. एकट्या कैलास तिडके यांची धडपड असून चालत नाही, तर सर्वांनीच हा विषय आपला आहे म्हणून पुढे यावं लागेल, हे खरं होतं.

मी जेव्हा बालविवाह, मुलींचं शिक्षण या विषयाच्या आणखी खोलामध्ये गेलो, तेव्हा मला राज्यभरात परभणी हे एक केसस्टडी आहे, असं वाटत होतं.

राज्यातल्या सर्व जिल्ह्यांत परभणीसारखी गंभीर लागण लागली आहे. एवढ्या गंभीर विषयाबाबत एकटी सरकार नावाची यंत्रणा कुचकामी ठरेल. तुम्हा-आम्हाला जिथं जसं जमेल, तसं या विषयाच्या समूळ नायनाटाकडे लक्ष द्यावं लागेल.

■

८.

विळखा सावकारी कर्जाचा!

उस्मानाबादमधील काम आटोपून मी दिवाळीसाठी नांदेडकडे निघालो. उस्मानाबाद संपल्यावर मी अशा हॉटेलच्या शोधात होतो, जिथं मला शांतपणे जेवता येईल. तसं एक हॉटेल मिळालं. आम्ही तिथं पिठलं-भाकरीवर ताव मारला. उस्मानाबादच्या ज्वारीच्या भाकरीसारखी चव अख्ख्या राज्यात कुठं नसेल, अशी ती चव होती. दिवाळी संपली तरी पावसाची अधूनमधून हजेरी लावणं काही संपत नव्हतं. सकाळी खूप थंडी, दुपारी ऊन आणि कधीमधी पाऊस असा निसर्गाचा अजब खेळ मराठवाड्यात सुरूच होता. जेवण करून मी हात धुण्यासाठी त्या हॉटेलमधील मागच्या बाजूला गेलो. त्या झोपडीवजा हॉटेलच्या मागं कुणी तरी गाणं गुणगुणत होतं.

मी हॉटेलच्या मालकाला विचारलं, ''मागे गाणं कोण गातंय?... त्यांचा आवाज फार गोड दिसतोय.'' चेहऱ्यावर हास्य असणाऱ्या त्या मालकाच्या चेहऱ्यावर एकदम गंभीरता आली. थोडं थांबून ते हॉटेलमालक म्हणाले, ''म्हातारा बिचारा एकटा आहे हो...! त्याच्यामागं कुणी नाही; तरीही ताठ मनाने जगतो.'' मी हॉटेलमालकाला म्हणालो, ''काय झालं?'' ते म्हणाले, ''काय होणार? जे कर्माला मंजूर आहे ते झालं. मागे-पुढे अपघाताने घरातले सगळे गेले. उरले-सुरले आजारपणात गेले. बिचारा म्हातारा आता एकटा आहे.'' मी त्या हॉटेलमालकाला म्हणालो, ''चला ना, आपण त्यांच्याशी बोलू या.'' ते म्हणाले, ''नको. ते जुन्या आठवणी काढल्या की भावुक होऊन रडतात.'' मलाही क्षणभर वाटलं की, जाऊ द्या. सणासुदीचं दिवस, आपण त्यांना कशाला जुन्या आठवणी काढून दुखवायचं.

मी बिल देऊन निघणार, तेवढ्यात त्या हॉटेलमालकाला काय वाटलं कुणास ठाऊक? ते म्हणाले, ''चला तर आपण भेटू त्याला. बोललो तर किमान बिचाऱ्याला थोडं हलकं तरी वाटेल.'' मी आणि तो आम्ही दोघंही त्या आवाजाच्या दिशेने निघालो.

'ऊठ पंढरीच्या राजा फार वेळ झाला
घडा वैष्णवाचा दारी दर्शनास आला।'

हे गाणं एका लिंबाच्या झाडाखाली एक आजोबा अगदी सुरात गात होते. आमच्या पायाची चाहूल लागल्यावर ते एकदम शांत झाले. तागापासून हाताने दोरी तयार करणं, समोर पडलेल्या सोयाबीनच्या मालाची राखण करणं, गाणं गाणं, बाजूला बसलेल्या कुत्र्याकडे लक्ष देणं, अशी एक नाही तर अनेक कामे ते आजोबा करत होते. त्या हॉटेलमालकाने माझी आजोबाला ओळख करून दिली. आम्हाला समोरच्या फाटक्या पोत्यावर बसा, असा आग्रह आजोबांनी धरला. आम्ही बसलो. हॉटेलचे मालक संतोष कराड म्हणाले, ''आजोबांना दोन मुलं होती. दोघांची लग्ने झाली. त्यांनाही मुलेबाळं झाली. एक अपघातात वारला आणि एकाने आपण बसलोय त्या याच झाडाला दोर बांधून फाशी घेतली.'' माझ्या पोटात एकदम धस्स झालं. आमच्याशी बोलता बोलता आजोबांचं दोरी तयार करायचं काम सुरूच होतं. मी एक एक प्रश्न विचारत होतो, आजोबा त्या प्रश्नाला उत्तरे देत होते.

आमच्या बोलण्यात गरिबी हा विषय होताच; पण मागच्या चार पिढ्यांपासून शेतीचं चुकलेलं गणित, कर्ज यांमुळे गहाण ठेवलेला स्वाभिमान सारं काही रोज मरणाच्या दारात घेऊन जाणारं होतं. घाट्यात जाणारी शेती, कधी न फिटणारं कर्ज यांमुळे आजोबांसारख्या बापाच्या भूमिकेत असणाऱ्या लाखो शेतकऱ्यांना रोज आपल्या गळ्याभोवती फास आवळून घ्यावा, असं वाटत असेल, हे त्यांच्याकडे बघून दिसत होतं. त्यातले आजोबांसारखे असणारे असंख्य शेतकरी आपल्याला कर्ज चुकतं केलं नाही म्हणून मेल्यावर लोक नावं ठेवतील, सुखाने मरणार नाही, या भावनेतून जगत आहेत.

मी ज्या आजोबांशी बोलत होतो, त्यांचं नाव सदाशिव रामजी पाटील. लहानपणापासून सदाशिव यांच्या मागे दुःखाचा ससेमिरा सुरू होता. आता म्हातारपणात आजाराने त्यांना ग्रासलं आहे. आजोबा आठ वर्षांचे असताना त्यांची आई गिरजाबाई गेली. सदाशिव यांचं लग्न होऊन एक वर्ष झालं तेव्हा

वडील आपाराव गेले. पहिल्या मुलाचं लग्न झाल्यावर त्यांची पत्नी पार्वती दारिद्र्यामुळे औषधोपचार न झाल्याने आजारात त्यांचं निधन झालं.

मोठा मुलगा रामभाऊ हा सदाशिव यांची वडिलोपार्जित असणारी चार एकर शेती कसत होता. शेतीला जोडधंदा म्हणून रामभाऊने शेळीपालन हा व्यवसाय सुरू केला. त्यासाठी कर्ज काढलं. सुरुवातीला दोन वर्षं हा व्यवसाय चांगला चालला, पण पुढे शेळ्यांवर रोग आला. निम्म्याहून अधिक शेळ्या रोगाने ग्रासल्या. काही मेल्या. खर्च कायम वाढत होता आणि उत्पन्न काहीही नव्हतं. हप्ते थकले, बँक घरी येऊन बसत होती. शेतीवरचं कर्ज, व्यवसायावरचं कर्ज, माझ्या आजोबापासून थकीत असणारं कर्ज याचं टेन्शन मोठ्या मुलाने घेतलं. दिवाळीला पोरगा शेतात आला. त्याने शेळ्यांना बांधलेली दावण काढली आणि गळ्याला फास लावून घेतला.

"आम्हाला वाटलं मुलगा बाजारासाठी गेला असेल. कधी कधी शेळ्या विकताना त्यांचा मुक्काम पडायचा. दोन दिवसांनंतर मृतदेहाचा वास सुटला. शेळ्या राखणाऱ्या मुलांनी घरी येऊन सांगितलं, तेव्हा आम्हाला कळालं. म्हाताऱ्या बापाच्या खांद्यावर मुलाचा मृतदेह घेऊन जाणं म्हणजे काय यातना असतात, हे मी कसं सांगू. दुःख करत बसायचं, की अंत्यसंस्कार करायचे, असा प्रश्न माझ्यासमोर होता. मी सर्व जमीन विकू दिली नाही म्हणून माझ्या मुलाने आत्महत्या केली, असा ठपका माझ्यावर ठेवला गेला. लहान मुलगा अपघातात वारला. सुनांनी नवे संसार थाटले. नातू बिचारे लहानगे, त्यांना काय बोलावं. आता जिकडे तिकडे सर्व गेले. म्हातारपणात काही मुद्दल असेल तर ठीक, नाही तरी काठीलाही आपण जड वाटतो. हे समजून घ्यायला एकटेपणातलं म्हातारपण भोगावं लागतं. मला यातना प्रचंड होतात, पण मी कधी देवाला मरण मागत नाही, कारण मला कर्ज फेडायचं आहे. मी माझ्या वडिलांना तसं वचन दिलं होतं. ज्या दिवशी कर्ज फेडेन, त्या दिवशी मी आनंदाने मरेन," आजोबा सांगत होते.

मी म्हणालो, "कर्ज कशाचं?" ते म्हणाले, "फार मोठी कहाणी आहे. काय सांगावे. माझ्या आजोबाने सावकाराकडून कर्ज घेतलं. त्यासाठी आजोबा काम करत राहिले. त्यांच्या पश्चात आयुष्यभर माझ्या वडिलांनी त्या कर्जासाठी जिवाचं रान केलं. माझ्या आजोबांचं कर्ज, वडिलांचं कर्ज आणि माझ्या काळातलं कर्ज हे कर्ज फेडण्यासाठी माझं आयुष्य गेलं. सावकारी आणि खासगी अशी दोन्ही कर्जं आहेत. माझे आजोबा, वडील आणि मी आम्ही खंबीरपणे कर्जासाठी

आयुष्य वाहिलं, पण माझ्या मुलाला ते जमलं नाही. तो खचला. बारा एकर असलेली जमीन चार एकरवर आली, तेव्हाही आम्ही कुणी खचलो नाही. माझा मुलगा मात्र हा भार सोसू शकला नाही. त्याला वाटलं, 'मेलो म्हणजे सुटलो.' पण असं नाही. माझ्या वडिलांना आजोबांनी, माझ्या वडिलांनी मला आणि मी माझ्या मुलाला सांगितलं होतं की, घेतलेलं आणि डोक्यावर असणारं कर्ज चुकतं करत राहायचं. कुणाचा एक रुपया बुडवायचा नाही. मग ती बँक असो की सावकारी. आपण ताठ मानेने, स्वाभिमानाने जगायचं. ही शिकवण आमच्या संस्कारामधली." आजोबा बोलताना मी मध्येच म्हणालो, "मग शेतीमध्ये पिकायचं नाही का?"

"काय सांगावं, या वर्षी होतं तसं दरवर्षी होतं. कधी बोगस बियाणं, कधी पाऊस अजिबात नाही, कधी पाऊसच पाऊस आहे, कधी भाव नाही, अशा अनेक अडचणी येतात. यातून होतं काय, फार फार तर त्या काळात परिवारासाठी दोन वेळच्या खाण्याची व्यवस्था होईल एवढं होतं. शेतकऱ्याचा जन्म म्हणजे शापित कर्माचा भाग आहे. जो संपतही नाही आणि पुरतही नाही. आपण एकच खूणगाठ मनाला बांधायची, जसा मिळाला तसा आनंद घ्यायचा आणि पुढं जायचं."

हॉटेलवाले कराडकाका म्हणाले, "निसर्गाच्या फटक्यातून एक रुपयाचं नुकसान झालं तर शासन दहा पैसे देण्याचा विचार करतं. तेही आपल्यापर्यंत येईल याची गॅरंटी नाही. आता या वर्षी अख्ख्या पिकाचा चिखल झाला. अनेक लोकांपर्यंत रुपया गेला नाही. शासनाच्या कोरड्या वल्गना नुसत्या कागदावर आहेत. असं दरवर्षी होतं म्हणून मी माझी तीन एकर जमीन विकून टाकली. काही पैसे बँकेत टाकले, काही पैशांमधून हे छोटे हॉटेल सुरू केलं." आमचं बोलणं सुरू असताना सदाशिव आजोबा उठले. त्याच्यासोबत असणारा कुत्राही शेपटी हालवत कान टवकारून त्यांच्या मागेच निघाला. समोर असणाऱ्या सोयाबीनवरचं झाकलेलं कापड त्या आजोबांनी काढलं. आता उन्हाची तिरीप त्या सोयाबीनवर पडत होती. आजोबा पुन्हा जाग्यावर बसले. कराड यांच्याकडे पाहत म्हणाले, "माझ्या पोराने मला कळू न देता माझ्या जमिनीचा सौदा केला होता. जेवढ्या यातना मुलाचं पार्थिव खांद्यावर घेतल्यावर झाल्या ना? तेवढ्याच यातना ही जमीन दुसऱ्यांना विकल्यावर झाल्या. जमीन आणि शेतकरी याचं नातं समजून घ्यायचं झालं ना, तर शेतकऱ्याच्या जन्माला जावं लागेल." कराड पुन्हा म्हणाले, "मी केली एकदा हिंमत काका, काय करू. मुलगी लग्नाला आली होती. जमाना कसा निघाला? जवळ एक छदाम नव्हता."आम्ही बराच वेळ बोलत बसलो

होतो. शेती, शेतकरी, यांच्याशी संबंधित असणारे कित्येक विषय आजोबा मला सांगत होते. सर्व विषय थक्क करणारे होते. त्यांना आपण काय बोलावं? शासकीय नीती, राजकारण, निसर्ग हे अनुभवातून ते कोळून प्यायले होते. माझं ज्ञान त्यांच्या अनुभवापुढे प्रचंड फिकं होतं. आपल्या कुटुंबाच्या संपलेल्या सर्व धाग्यादोऱ्यांची उकल करून सांगताना आजोबांच्या डोळ्यांचा ओलावा काच फुटलेल्या चष्म्यातून स्पष्टपणे दिसत होता.

आजोबाने तयार केलेली दोरी मी हातात घेऊन पहिली. ती दोरी प्रचंड मजबूत होती, त्यापेक्षाही जास्त मजबूत आजोबांमधला प्रामाणिकपणा, कठोरपणा. कोणाचं बुडवायचं नाही, कुणाचं लुबाडायचं नाही ही वृत्ती केवळ शेतकरी जमातीमध्ये आहे. हे आजोबा अशा असंख्य शेतकऱ्यांचं उदाहरण होतं.

मी जाण्यासाठी निघालो. आजोबांची कहाणी एकूण माझं डोके सुन्न झालं होतं. मी विचार करत होतो. कर्जातून कित्येकांना बुडवणाऱ्या 'महाठक' यांना आपण रोज पाहतो. पण कर्जासाठी पिढ्यांच्या पिढ्या बुडताना मी पहिल्यांदा पाहत होतो. ज्याचा कुणीही वाली नाही, ज्यांना ना सरकारचा आधार, ना निसर्गाचा. ज्याच्यामुळे पोटात चार घास जातात, त्याच्याकडे बघण्याचा दृष्टिकोन कायम दुय्यम आहे. येथून सर्वांची मानसिकता बदलावी लागेल. ही मानसिकता जेव्हा बदलेल तेव्हाच सदाशिव पाटील यांच्यासारखी कुटुंबच्या कुटुंबं उद्ध्वस्त होण्यापासून वाचतील.

■

९.

फुलबागेमागच्या वेदना...

मी गडचिरोलीचा कार्यक्रम आटोपून नागपूरच्या दिशेने निघालो होतो. गडचिरोलीपासून काही अंतरावर एक फुलांची बाग मी पाहिली. आजूबाजूला सगळी पडीक जमीन; पण एवढ्याशा छोट्या तुकड्यावर मात्र सुंदर अशी बाग कशी काय फुलली, हा प्रश्न मला पडला होता. आम्ही गाडी रस्त्याच्या बाजूला घेतली. मी त्या बागेच्या दिशेने जरा पुढे गेलो. त्या बागेतील मोगऱ्याच्या सुगंधाने मन प्रसन्न झालं. कुणाचीही परवानगी न घेता मी एक फूल तोडणार, इतक्यात दुरून आवाज आला, ''ए, खबरदार! बागेतली फुलं चोरली तर?'' एक लहान आठ-दहा वर्षांचा मुलगा खांद्यावर कुऱ्हाड घेऊन उभा होता. मी त्या लहान मुलाला म्हणालो, ''मी फुलं चोरत नाही, एक फूल सुगंधासाठी घेत होतो सहज.'' ''सहज म्हणजे काय? कोसावरून डोक्यावर पाणी आणून टाकावं लागतं, तेव्हा येतात ही फुलं.'' तो मुलगा अजून मला काहीतरी बोलणार, इतक्यात एक महिला मागून जोरदारपणे ओरडली, ''अरे शांत बस, मोठ्या माणसाला असं बोलतोस का? तुला कळत नाही?'' तो मुलगा शांत झाला; पण त्याची रागीट नजर कायम होती. त्या बाईंनी विचारलं, ''काय हवंय दादा.'' मी नम्रपणे म्हणालो, ''काही नाही ताई, तुमची बाग दिसली, फुलांचा सुगंध आला, वाटलं दोन फुलं घ्यावीत, कुणी बाग लावली याची माहिती घ्यावी आणि पुढे जावं.'' त्या बाईच्या चेहऱ्यावर एकदम चमक आली.

तिने पटापटा फुलं तोडली आणि माझ्या हातात आणून दिली. त्या लहान मुलाने आपली कुऱ्हाड खांद्यावरून खाली घेतली. त्या बाई म्हणाल्या, ''साहेब, तुम्ही शेती अधिकारी आहात का? आमचं अनुदान आलं का? मागे

दोन वर्षं शेतात काहीच पिकलं नाही, म्हणून लिहून नेलं, पण काहीच मिळालं नाही.'' मी लगेच म्हणालो, ''नाही हो, मी अधिकारी नाही.'' मी माझा परिचय दिला, कुठून कुठे जातोय, हे सांगितलं. माझं बोलणं ऐकून त्या बाईंच्या चेहऱ्यावरची चमक एकदम उतरली. मी पुन्हा म्हणालो, ''ही बाग तुम्ही लावली का?'' त्यांनी होकाराची मान हालवली. मी पुन्हा म्हणालो, ''इथे काय भाव आहे फुलांचा?'' त्यांनी भाव सांगितला. मी म्हणालो, ''आमच्या मुंबईत तर फुलं खूप महाग आहेत.'' तुमचं गाव कुठे आहे? घरी कोण? किती शेती? असं आमचं बोलणं सुरू झालं. त्या बाईंनी 'घागरी'मध्ये आणलेलं पाणी तो लहान मुलगा त्या फुलांच्या वेलींना टाकत होता. ती बाग, त्या बाई आणि तो मुलगा... सारं काही वेगळं होतं. काय आयुष्य असतं एखाद्याचं, बापरे!

त्या शेतापासून अगदी जवळच एक छोटंसं 'वाडी' नावाचं गाव आहे. त्या गावात राहणारी ही महिला अंजना सीताराम करटुले! तिच्यासोबत असणारा तिचा मुलगा राजू आणि तिचे सासू-सासरे असे चौघेजण तिथे राहतात. अंजनाचे यजमान सीताराम गेल्या नऊ वर्षांपासून बेपत्ता आहेत; कुठे गेले? जिवंत आहेत की नाहीत? माहिती नाही. सीतारामची एक एकर शेती आहे. बाजूच्या नाल्यावरचं पाणी डोक्यावरून आणून अंजनाने फुलांची बाग फुलवली. लोकांची रोजीरोटी करत ती तिच्या मुलाला, बागेला वाढवते. सीतारामविषयी मी अंजनाला खूप खोदून-खोदून विचारल्यावर तिने थोडंबहुत मला सांगितलं, ''सीताराम अनेक दिवस बाहेर राहायचे, ते कुठं जायचे, कोणासोबत राहायचे, हे सीतारामने कधीही कुणाला सांगितलं नाही. शेवटच्या वेळेला तो गेला, ते परत आलेच नाहीत. कोणी म्हणतं, तो नक्षलवादी झाला असेल... कुणी म्हणतं, जेलमध्ये असेल... कुणी म्हणतं, पोलिसांच्या गोळीने मेला असेल... तो आता जिवंत नसेल... रोज कित्येक लोकांचं वेगवेगळं बोलणं ऐकून मी त्रस्त झाले.''

सीतारामची वाट पाहणं, हाच अंजनाच्या आयुष्याचा एकच उद्देश आहे. अंजना म्हणाल्या, ''सीताराम असंच बॅगमध्ये सामान घेऊन यायचे, त्यांना आम्हा सर्वांविषयी प्रचंड 'आस्था' होती. आई-वडील, मुलगा, बायको यांचं तोंड पाहावं असं त्यांना वाटत नसेल का,'' असं म्हणत अंजना रडत होत्या. राजू आणि आजोबा दोघंही अंजनाची समजूत काढत होते; पण अंजनाचे हुंदके काही थांबेनात. काय आयुष्य बिचारीचं, या कुटुंबासाठी आपण काय करू

शकतो, कोणामार्फत करू शकतो, असा विचार माझ्या डोक्यात येऊ लागला. मी स्त्रीविकास विषयाच्या अभ्यासक असणाऱ्या रेणुका कड यांना फोन लावला. त्यांनी अर्धविधवा महिलांची अवस्था किती वाईट आहे, त्यांची प्रचंड असलेली संख्या मला सांगितली. मला फार वाईट वाटलं. अवघ्या राज्यातलं हे धक्कादायक चित्र होतं. राज्यातल्या प्रत्येक गावात दोन-तीन अशा केसेस आहेत. शहरात तर खूप जास्त केसेस आहेत. रेणुकाही अंजनाशी बोलल्या, त्यांनी त्यांना आधार दिला.

''काय मदत हवी ते नक्की सांगा'', असं सांगितलं. अंजनाचे सासरे मला म्हणाले, ''अंजनाची मानसिक अवस्था मी समजू शकतो; पण मी काय करू, मी मजबूर आहे. आज तिचं लग्न केलं आणि उद्या मुलगा परत आला, तर मी त्याला काय उत्तर देऊ? राजूला शिकायचं नाही, त्याला आपल्या वडिलांची तुकडाभर असलेली जमीन कसायची आहे.'' राजूच्या आजोबांनाही वाटतं, शिकलेल्या माणसात माणुसकी शिल्लक राहत नाही. सूर्य डोक्यावर आला होता. मी रस्त्याच्या दिशेने एक नजर टाकली. लिंबाच्या झाडाखाली माझी गाडी उभी होती. बाजूला जमिनीवर रुमाल टाकून ड्रायव्हर झोपला होता. सावलीच्या आधाराने त्याची झोप एका गोडीच्या टोकाला गेली होती. या लिंबाच्या झाडाप्रमाणे जर थोडी जरी सामाजिक सावली अंजनावर असती, तर किती बरं झालं असतं, असं मला वाटत होतं.

“मी आता निघतो,” असं म्हणताच अंजनाने अजून फुलं तोडली. अंजनाच्या ओंजळीने माझ्या ओंजळीत आलेल्या फुलांना अंजनाच्या कष्टाचा गंध लागला होता. अंजनाने जाताना माझ्याकडे पाहिलं, तिच्या नजरेला नजर द्यायची माझी हिंमत होत नव्हती. काय माहिती तिला काय सांगायचं होतं. राजू आपली कुऱ्हाड बागेमध्ये ठेवून आजोबांसोबत मला सोडण्यासाठी आला होता. 'विधवा'पणाचं पांघरूण घालून बसलेल्या अंजनाच्या भविष्याचं काय होईल, याचं उत्तर जसं कुणाकडेही नव्हतं, तसंच ते माझ्याकडेही नव्हतं. अशा शेकडो अंजना आज आपल्याभोवती आहेत, त्यांना किमान जगण्याचं बळ देण्यासाठी जरी आपण पुढाकार घेतला, तरी ते खूप मोठं 'पुण्या'चं काम होईल.

■

१०.
विषमता वटसावित्रीच्या पूजेतली

एका सोहळ्याला मी निघालो होतो. ठाणे स्टेशनला पोहोचलो. मात्र रेल्वेच्या दिरंगाईने कहर केला होता. दोन-अडीच तास रेल्वेची वाट बघायची म्हणजे परीक्षाच होती. रेल्वे वेळापत्रकाच्या झगमगणाऱ्या बोर्डवरून माझी नजर काही अंतरावरच्या मेणबत्त्यांकडे गेली. त्याच्या आजूबाजूला चार-पाच महिलांचा घोळका प्लॅस्टिकच्या पिशव्यांमध्ये काहीतरी भरून, त्या पिशव्या त्या मेणबत्तीने बंद करायचा प्रयत्न करत होता.

मी जवळ गेलो, पाहतो तर काय, त्या महिला एका कॅरिबॅगमध्ये वटपौर्णिमेचं सगळं साहित्य भरत होत्या. त्यांच्या पोशाखावरून त्यांचं दारिद्र्य जाणवत होतं. मी मनात विचार केला, त्या सर्व महिलांशी जाऊन थेट बोलावं; परंतु थेट सुरुवात केली तर त्या घाबरतील, बोलणार नाहीत म्हणून मी त्यांच्या बाजूच्या एका बाकावर जाऊन बसलो.

त्या महिलांचा संवाद कानावर येत होता. ज्या महिला घोळका करून बसल्या होत्या, त्यांमध्ये एकीच्याही कपाळावर कुंकू नव्हतं. ज्या एका आजीच्या कपाळावर कुंकू होतं, ती महिला आपल्याला कोणी काही बोलेल का? आपली कोणी तक्रार करेल का? आपल्या वस्तू कोणी घेईल का? यावर लक्ष ठेवून होती. ज्या महिला काम करत होत्या, त्यांतली एक स्त्री म्हणाली, ''बाई रात्री इथं झोपायचं कसं, पावसाची रिपरिप सुरू आहे. कालच्यासारखं पोलिसांनी हाकललं म्हणजे पंचाईतच.'' दुसरी महिला तिला म्हणाली, ''पांडुरंग आहे सोबतीला. कशाला काळजी करतेस?'' पहिली पुन्हा म्हणाली, ''कालपण पंढरीचा पांडुरंग होता ना?'' ती बोलणारी एकदम शांत झाली. सर्व महिला

एकमेकींशी बोलत होत्या, त्यांच्या प्रत्येक संवादामध्ये कोणाची तरी आठवण, काळजी सातत्याने जाणवत होती.

एक छोटा मुलगा त्या आजीला ''आजी गावाकडं कधी जायचं?'' असं विचारून भंडावत होता. शेवटी ती आजी चिडली आणि त्याला म्हणाली, ''तुला येऊ नको म्हटलं होतं ना..!'' मी त्या आजीच्या जवळ गेलो आणि तिला म्हणालो, ''आजी, वटसावित्रीच्या पूजेची जोरदार तयारी झालेली दिसते. तुम्ही काय मुंबईमधल्याच काय?'' आजी म्हणाल्या, ''आम्ही मूळच्या नगरच्या आहोत. आता राहतो पुण्यात'' मी म्हणालो, ''मग तुम्ही वटपौर्णिमेचं साहित्य विकण्यासाठी मुंबईत आलात का?'' आजी म्हणाल्या, ''मुंबई माझ्यासाठी नवीन नाही. अनेक वेळा सण-उत्सवांच्या निमित्ताने छोट्या-छोट्या वस्तू विकण्यासाठी मी मुंबईला येते.'' आम्ही बोलत असताना चार-पाच पोलीस तिथं आले आणि म्हणाले, ''उचला हे सगळं सामान, भररस्त्यात अशी मेणबत्ती लावून बसलात! एखादा माणूस पळताना पडेल, जळेल, मरेल... तुम्हाला कळत नाही का?'' आजी शांतपणे म्हणाल्या, ''दोन मिनिटं द्या साहेब. सगळं बंद करते.'' तिच्या एका बोलण्याने रागात आलेले पोलीस एकदम गार झाले.

मी आजीला म्हणालो, ''हा लहान मुलगा कोण?'' आजी म्हणाल्या, ''नातू आहे माझा. येऊ नकोस म्हटलं तरी आला. आता म्हणतोय, पुण्याला जायचं.'' ''पुण्यात तुम्ही कुठे राहता?'' आजी म्हणाल्या, ''वाघोलीमध्ये.'' ''तुमच्या घरी कोण असतं?'' आजी म्हणाल्या, ''माझे यजमान, मला नऊ मुली आहेत. त्या लग्न होऊन आपापल्या घरी गेल्या. दोघींचा संसार संपला. कारण त्यांच्या नवऱ्याचं निधन झालं, त्या माझ्याजवळ आहेत.'' नऊ मुली म्हटल्यावर माझ्या चेहऱ्यावर आश्चर्याचे भाव आले. आजी म्हणाल्या, ''मुलगा होईल याची वाट बघितली होती; पण झालाच नाही.''

मी ज्या आजींशी बोलत होतो, त्यांचं नाव हौसाबाई राजाराम झिंगाडे. लहान वयात त्यांचं लग्न झालं. लगेच मांडीवर मुलगी आली. त्यांच्या घरातला प्रत्येक पुरुष दारू पिणारा. जावईही तसेच निघाले. सर्व मुलींची लग्नं हौसाबाईंनी कष्टातून केली. ''कर्त्या पुरुषाने घरात काही आणून देणं तर सोडाच, पण तो शुद्धीवर राहून, नुसतं सोबत राहिला तरी बरं वाटायचं,'' आजी बोलत होत्या. मी आजींना मध्येच म्हणालो, ''तुम्ही इतर महिलांना तोच नवरा सात जन्म

मिळावा यासाठी लागणारं साहित्य त्यांच्यापर्यंत नेता. तुमच्या वटपौर्णिमेचं काय?'' आजी हसल्या आणि म्हणाल्या, ''लग्नानंतर दोन वर्षं वटसावित्रीची पूजा केली. पुन्हा जो नवरा याच जन्मात नको होता, तो पुढच्या जन्मी कशाला, म्हणून मी पुन्हा वटसावित्रीची ना कधी पूजा केली, ना कधी वडाच्या झाडाला फेऱ्या मारल्या.''

मी आजीला म्हणालो, ''आताही तुमचे यजमान तसंच वागतात का?'' आजी मान हालवत म्हणाल्या, ''ज्या दिवशी माणूस मरतो, त्याच दिवशी त्याचा वाईट स्वभाव त्याचं शरीर सोडतो, त्यांचंही तसंच आहे. आता नवऱ्याच्या हाता-पायांत फार ताकद नाही. त्याला दारू मिळाली नाही की त्याला मरायला होतं. पूर्वी फक्त दारू पाहिजे होती. आता उतार वयात माझीही सोबत हवी असते. हाता-पायांतली ताकद संपली की, आपल्या माणसांची किंमत कळते. उमेदीच्या काळात नवऱ्याला कधी भान नव्हतं, सासरा कधी शुद्धीवर नव्हता, सासू शुद्धीवर होती; पण तिला वंशाचा दिवा पाहिजे होता. त्या दिव्यासाठी माझं शरीर जिवंतपणी इतकं जळालं की, आता जगण्यासाठी उत्साहाचं तेल फार कमी शिल्लक आहे. मी पुढे येऊन काहीतरी करायला पाहते, तेव्हा शारीरिक व्याधी मला त्रासून सोडतात.'' मी म्हणालो, ''तुम्हाला हे बोलणं येतं कुठून?'' आजी म्हणाल्या, ''माझं माहेर वारकरी, घरात वारी, पोथीवाचन, भजन-कीर्तन हे सतत चालायचं. ही शिकवण मला घरातच मिळाली.'

मी घड्याळाकडे पाहिलं, गाडीची वेळ होत होती. आमच्या 'यिन'मधील विरोधी पक्षनेत्या समृद्धी ठाकरे मला भेटायला आल्या होत्या. त्या सगळ्या महिलांची मी त्यांच्याशी ओळख करून दिली. मी हौसा आजींचा निरोप घेऊन निघालो. मी प्लॅटफॉर्मवर येऊन थांबलो. समृद्धी म्हणाल्या, ''तुम्ही नेहमीसारखं हसतमुख दिसत नाहीत.'' मी ''असं काही नाही,'' असं म्हणालो. मी विचार करत होतो. आपली समाज व्यवस्था कशी आहे? लवकर लग्न, विधवा झाल्यावर लग्न करायचं नाही, पुरुषसत्ताक समाजाच्या इशाऱ्यावर स्त्रियांनी सातत्यानं नाचायचं. हौसाबाई आपल्या नवऱ्याला सोडून, दुसऱ्यांना त्यांचा नवरा त्यांना सात जन्म मिळावा, यासाठी वटसावित्रीच्या पूजेचं साहित्य तयार करताना दिसतात. त्यांना मात्र त्यांचा नवरा नको आहे. त्यांच्यासोबत असणाऱ्या एकीलाही नवरा नाही. त्या मात्र इतरांना त्यांचा नवरा त्यांना सात

जन्म मिळावा यासाठी आग्रही आहेत. कसं हे सामाजिक चित्र? किती ही विषमता? किती हा गंभीर विषय? मी निघालो. माहीत नाही हौसा आजी आणि त्यांच्यासोबत असणाऱ्या सगळ्यांना आयुष्यात समानतेने चालणाऱ्या रुळाची गाडी कधी मिळेल ते!

■

११.
वेदना पांढऱ्या कपाळामागची !

शेतकरी नेते रविकांत तुपकर यांच्याकडून बुलडाणा जिल्ह्यातील 'वाडी' या गावाविषयी मी अनेक वेळा ऐकलं होतं. त्या गावातल्या शेतकऱ्यांच्या आत्महत्यांची कल्पना त्यांनी दिली होती. त्या घटना मनात रुतल्या होत्या. बुलडाण्यातल्या एका कार्यक्रमाला गेलो होतो. या वेळी नक्की ठरवलं होतं, की 'वाडी'ला जायचं. तिथं आत्महत्या का होतात, हे नेमकं जाणून घ्यायचं होतं. त्या दिवशी मी बुलडाण्यावरून 'वाडी'ला निघालो. रस्त्यांची अवस्था फारच वाईट. रस्त्याने चालणाऱ्या बायका शेताच्या दिशेने निघाल्या होत्या.

मी निरीक्षण करत होतो, फार कमी बायकांच्या कपाळावर कुंकू दिसत होतं. आमची गाडी एका झाडाखाली थांबवली. बाजूला असलेल्या विहिरीवरच्या नळावर माझी नजर गेली. तिथं जाऊन मी पाणी प्यायलो. त्या विहिरीपासून काही अंतरावर एक आजी एका बैलाचं दावण हातामध्ये धरून त्या बैलाला पाणी पाजत होती. दुसरी महिला एका छोट्याशा झोपडीमध्ये आणलेली भाकरी वर शिंकाळ्यामध्ये बांधून ठेवत होती. त्या दोन माउली आपापल्या कामाला लागल्या होत्या. मी परत गाडीच्या दिशेने निघालो. मी चालत असताना मला हाक ऐकू आली, ''दादा, जराशी मदत करा ना, इकडं या ना.'' बैलाला पाणी पाजणाऱ्या त्या आजी मला सरपणाचा भारा उचलण्यासाठी मदतीसाठी आवाज देत होत्या. मी गेलो. मी आजीच्या जवळ जाताच आजींच्या हातामध्ये दावण असलेला तो बैल माझ्या अंगावर एकदम चाल करून आला. आजी त्या बैलाला म्हणाल्या, ''शांत हो राजा.'' तो बैलही शांत झाला. आजी माझ्याकडे बघत म्हणाल्या, ''या बैलाला प्यांटवाला माणूस दिसला, की तो त्या माणसाच्या अंगावर धावून जातो.''

आजींनी त्या बैलाला एका झाडाला बांधलं. त्या आजी एकदम थकल्या होत्या. मी आजींना म्हणालो, ''हे सगळं काम तुम्ही एखाद्या गडी माणसाला सांगायचं ना.'' आजींनी मला उलट प्रश्न केला, ''कोणाला सांगायचं. घरात कोणीतरी गडी माणूस पाहिजे ना.''

मला काही कळेना. आजी पुन्हा म्हणाल्या, ''आता घरात माणूस शिल्लक उरला नाही. अगोदर नवरा गेला आणि मग एकुलता एक मुलगा गेला.'' मी सुन्न झालो. अंगावर काटा आला. आजी मला म्हणाल्या, ''अरे बाबा, कधी जेवला होतास? दोन घास तरी खाऊन जा.'' मी 'नको' म्हणालो. त्या म्हणाल्या, ''लाजू नकोस बाबा ये, माझ्याकडं रस्त्याने ये-जा करणारी माणसं नेहमी जेवतात.'' मलाही त्या आजींशी बोलायचं होतं, मी होकार दिला. मी जवळ येताच झोपडीमध्ये असणाऱ्या त्या बाईंनी खांद्यावरचा पदर डोक्यावर घेतला. त्या बाईंच्याही कपाळावर कुंकू नव्हतं. त्या बाईंनी बांधून ठेवलेली भाकरी त्या आजींसमोर ठेवली. खूप वेळ गेला. त्या महिलेने माझ्याकडे कधी नजर वर करूनही पाहिलं नाही. असं वाटत होतं, की त्या बाईमधला उत्साह, जगण्याची उमेद सगळं काही संपून गेलं असावं. मी जेवताना त्या बाईंना म्हणालो, ''ताई, आपण जेवणार नाही का?'' त्यावर त्या बाईंनी 'नाही'ची नुसती मान हालवली.

त्या गावात जाऊन सगळा विषय समजून घेण्यापेक्षा त्या दोन्ही महिलांच्या डोळ्यांमध्ये मला सगळा विषय दिसत होता. मी आजींना म्हणालो, ''एकच बैल दिसतोय, दुसरा कुठं गेला?'' आजी म्हणाल्या, ''काय सांगायचं बाबा, आता पाच वर्षं झाली, माझ्या मुलानं या जगाचा निरोप घेऊन.''

त्या आजी सांगत होत्या ते शांतपणानं मी ऐकून घेत होतो. मी ज्या आजींशी बोलत होतो, त्यांचं नाव धुरपता संभाजी कानवले. आजींचे यजमान संभाजी कानवले यांनी दहा वर्षांपूर्वी आत्महत्या केली. बँकेचं कर्ज आणि अधिकाऱ्यांचा वाढत चाललेला 'तगादा' त्याला कारणीभूत होता. 'तुम्ही आत्महत्या करा, आम्हाला काही देणंघेणं नाही; पण बँकेचे थकलेले हप्ते तातडीने भरा,' असं त्या बँकेच्या अधिकाऱ्यांचं म्हणणं होतं. कानवले यांचं शेत अगदी मुख्य रस्त्याला लागून होतं, त्यामुळे सुटाबुटात येणारे अधिकारी नेहमी शेतावर यायचे. सतत पाच-सहा वर्षं निसर्गाने साथच दिली नाही. चार एकर शेती असूनही आमची ही वाईट अवस्था. विहीर, घर, मुलीचं लग्न, बियाण्यांसाठी कर्ज घेतलं होतं. बँकेचं व्याज आणि सातत्याने थकलेलं कर्ज यातून संभाजी यांना सावरता आलं नाही.

त्यांनी आत्महत्या करून यातून स्वतःची सुटका करून घेतली.

"आत्महत्या केल्यावर सरकारकडून मिळणाऱ्या चार पैशांतून बँकेत असणारा कर्जाचा मोठा आकडा थोडा कमी झाला. संभाजी यांच्या पश्चात आजींनी त्यांच्या गणेश आणि आकांक्षा या मुलांना मोठं केलं, त्यांना प्राथमिक शिक्षण दिलं. मुलगी आकांक्षाचं लग्न केलं. मुलगा गणेशकडं कारभार दिला, त्याचंही लग्न करून दिलं. मुलाला मूलबाळ नाही, हे दुःख मनात होतं; पण आज ना उद्या होईल याची आशा होती. पुन्हा त्या दोन वर्षांमध्ये 'शेती विका, नाहीतर काहीही करा; पण आमचं थकलेलं खातं पैसे भरून बंद करा,'असा बँकेच्या अधिकाऱ्यांचा सातत्याने तगादा सुरू झाला."

आमच्याकडे असणारा नापिकीचा शाप काही थांबला नव्हता. जे माझ्या नवऱ्याचं झालं, तेच माझ्या मुलानं केलं. एके दिवशी भल्या पहाटे माझा मुलगा शेताकडं आला. ज्या विहिरीसाठी बँकेकडून घेतलेलं कर्ज फेडण्यासाठी आमच्या दोन पिढ्या जिवाचं रान करत होत्या, त्याच विहिरीमध्ये माझ्या नवसाच्या मुलानं गळ्याला दगड बांधून उडी घेतली.

मी गावात पोहोचलो. रविकांत तुपकर यांच्या माध्यमातून काही शेतकऱ्यांचे संपर्क क्रमांक मी घेतले होते. त्यांना मी भेटलो. सगळेजण आजींच्या सुरामध्ये सूर मिसळून बोलत होते. "जिल्ह्यात असणारी जिल्हा बँक त्या जिल्ह्यातले सगळे राजकीय पुढारी एकत्रित येऊन बुडवतात. ती बँक चालावी, या बँक बुडवणाऱ्यांचं पुनर्वसन व्हावं, यासाठी त्या बँकेला विशेष अनुदान देण्याची तरतूद मंत्रिमंडळामध्ये केली जाते. या देशामध्ये हजारो कोटी रुपयांचं कर्ज घेऊन विजय मल्ल्यासारखे अनेकजण बँकांना बुडवतात, पसार होतात. त्या बँकेला वाचवण्यासाठी सरकारकडून विशेष पद्धतीची तरतूद होते. त्यांना कर्जाची रक्कम परत करा, असं कोणी म्हणत नाही. केंद्रात बसणाऱ्या सर्वोच्च माणसापासून ते जिल्ह्यामध्ये बसणाऱ्या सर्वोच्च माणसापर्यंत ठरवून केलेली ही मोहीम असते. फक्त गरिबांना कर्ज परत द्या, म्हणून 'तगादा' नोटीस, आत्महत्या करण्यासाठी मजबूर केलं जातं." हे सगळं मला त्या गावातला स्वाभिमानी शेतकरी संघटनेचा कार्यकर्ता उमेश राजपूत सांगत होता.

मी त्या गावातल्या छोट्या-छोट्या मुलांशी, तरुणांच्या गटांशी बोललो. प्रचंड उत्साही, हुशार असणारे ते तरुण होते; पण गावामध्ये असलेली आत्महत्या करण्याची मानसिकता इथं कायम रुजली की काय, अशी भीती वाटत होती. त्या

गावात फेरफटका मारताना दहा बायकांमध्ये दोनच बायकांच्या कपाळावर कुंकू असेल, अशी परिस्थिती होती. त्या माय-माउलींना काय वाटत असेल? येणारी पिढी कुणाचा आदर्श घेऊन मोठी होईल? असे एक-दोन नाही, तर कित्येक प्रश्न माझ्या मनास पडले होते. हा प्रश्न एका 'वाडी' गावाचा नाही; जिथं जिथं शेतकऱ्यांच्या आत्महत्या होतात, त्या प्रत्येक गावातला हा विषय आहे. इथं असणारा मतदार मतदान करताना बोटाला शाई लावतो की तंबाखूचा चुना, असा प्रश्न पडणं साहजिक होतं. शेतकऱ्यांची होणारी फसवणूक, अडवणूक, लुबाडणूक, त्याच्या मागचं गणित हे त्या बाईच्या कुंकवापर्यंत येऊन थांबतं, हे कुणालाही कधी कळणार नाही. तुम्ही-आम्ही फक्त शेतकऱ्याची आत्महत्या झाली की 'अरे बापरे' एवढंच म्हणून या विषयावर तिथंच थांबतो.

एक प्रश्न मात्र शिल्लक उरतो, कधी थांबणार हे सगळं?

■

१२.
'तिच्या' भविष्यासाठीचं पाऊल

मी बुलडाण्याकडे निघालो होतो. वातावरणात उकाडा होता. वर आकाशात पाहिलं तर ढगांची गर्दी होती. आजूबाजूच्या शेतांमध्ये त्या उकाड्यातही शेतकरी मशागतीची कामं करत होते. पावसाच्या सरी बरसतील कधी आणि बी कधी टाकावं, असं त्या शेतकऱ्यांना झालं होतं. आम्ही प्रवासाचा पुढचा टप्पा गाठत असताना रस्त्यामध्ये एका छोट्याशा गावात एक रॅली निघाली होती.

हातामध्ये रंगीबेरंगी फलक घेऊन घोषणा देणारे रॅलीतले सर्वजण एकदम उत्साहात होते. 'आदर करा, आदर करा, स्त्री-आरोग्याचा आदर करा', 'भारतमाता की जय', ' पुढे चला रे पुढे चला, गांधीजी की जय बोला' अशा घोषणा देणाऱ्या मुली आघाडीवर होत्या. त्या रॅलीमध्ये एक 'साडी' होती. त्या साडीला कुंकू लावत, तिच्या पाया पडत महिला तिला पूजत होत्या. मी गाडी थांबवली. बाजूला एक आजोबा होते, त्यांना विचारलं, ''आज गावात काही कार्यक्रम आहे का?'' आजोबा चिडून मला म्हणाले, ''यांना काम-धंदे नाहीत, वेड्यासारखं काहीही बोलत सुटलेत. गावातली चार डोकी पेटवायची आणि काहीही करायचं.'' मी आजोबांना पुन्हा विचारलं, ''काय झालं नेमकं?'' ''अहो, ज्या बाईला शिवायचं नाही, ज्या बाईला कावळा शिवला, त्या बाईला मंदिरात जाऊ द्या म्हणे, याला काही अर्थ आहे का?'' मी आजोबांशी बराच वेळ बोलल्यावर त्यांना काय म्हणायचंय हे माझ्या लक्षात आलं. मी त्या गावातल्या मंदिरात गेलो, मंदिरातून शाळेत गेलो. तिथल्या लोकांशी बोललो, काही मुलांशी बोललो तेव्हा माझ्या लक्षात आलं, ही रॅली काय आहे, त्या आजोबांचा राग का आहे?

मी ज्या गावात उभा होतो त्या गावाचं नाव 'कोलवड'. गावात महिला-मुलींच्या आजाराचं प्रमाण मोठ्या प्रमाणावर होतं. त्याच गावातल्या काही डॉक्टर मुली, मेडिकलचा अभ्यास करणाऱ्या मुलींनी स्त्रियांच्या आजारपणाचा शोध घेतला. त्या मुलींच्या लक्षात आलं, मासिक पाळीबद्दल खूप गैरसमज आहेत, त्यातून या महिलांमध्ये आजाराचं प्रमाण वाढतं. काही ठिकाणी मृत्यूही येतो. त्या डॉक्टर मुलींनी महिलांच्या आरोग्यावर उत्तम काम करणाऱ्या सामाजिक संस्थेचा शोध घेतला. त्या माध्यमातून या गावात जनजागृतीचं काम केलं.

केवळ जनजागृती केली नाही, तर सर्व साधनं गरजूंना मोफत दिली. त्या मुलींचं काम पाहून आपली युवा पिढी इतकी जागरूक आहे, याचं मला आश्चर्य वाटलं. ती रॅली गावातून परतली. अमित शिंदे यांनी माझ्याशी सर्वांची ओळख करून दिली. ज्या संस्थेने पुढाकार घेऊन हे काम उभं केलं, त्या 'क्षितिज फाउंडेशन'च्या स्नेहल चौधरी-कदम यांची आणि माझी ओळख झाली.

डॉ. गायत्री सावजी, सुभाष पाटील, प्रेम इंगळे असे अनेक जण या कामात सक्रिय आहेत. मी ज्या शाळेत होतो, तिथं तीनशे मुली होत्या. त्या मुलींमध्ये मागच्या आठ दिवसांत मासिक पाळी, त्या काळात घ्यायची काळजी याविषयी पूर्ण जागृती झाली, असं त्या मुली सांगत होत्या. त्या शाळेतल्या मुलींशी बोलणं झाल्यावर गावातल्या काही महिला आणि मुलींशी स्नेहल बोलत होत्या आणि मी ते सारं ऐकत होतो. सर्वांचं बोलून झाल्यावर त्याच शाळेत मी आणि स्नेहल दोघे बसलो. स्नेहल यांनी मला त्यांच्या कामाचा आवाका सांगितला, त्यांनी उभं केलेलं काम सांगितलं. ते सर्व ऐकून मी एकदम थक्क झालो. राज्यातल्या कानाकोपऱ्यांत जाऊन स्नेहल यांनी हजारो महिलांचे, मुलींचे प्राण वाचवलेत.

स्नेहल चौधरी-कदम या वाशीममधल्या सेलूबाजार इथल्या. त्या लातूरला शिकायला होत्या, तेव्हा त्या अनेक सेवाभावी चळवळींत, संस्थांमध्ये काम करायच्या. एका अनाथ आश्रमामध्ये त्या एकदा गेल्या होत्या, तेव्हा एका मुलीने स्वतःला एका खोलीत कोंडून घेतलं होतं. "त्या मुलीला पहिल्यांदा मासिक पाळी आली होती. होणारा रक्तस्राव पाहून ती मुलगी 'मला ब्लड कॅन्सर झाला' असं आतून ओरडत होती. सायंकाळी आम्ही खिडकीतून तिला समजावलं, तेव्हा तिने दरवाजा उघडला. आम्ही त्या दिवशी तिथं नसतो, तर तिने नक्कीच जिवाचं बरं-वाईट केलं असतं," स्नेहल सांगत होत्या, "ते घडलं

केवळ योग्य ती माहिती नसल्यामुळे. मी जेव्हा राज्यातल्या अशा छोट्या-छोट्या घटनांचं संशोधन केलं, तेव्हा ज्या महिला, मुली मासिक पाळीबाबत अनभिज्ञ होत्या, त्यांचं प्रमाण खूप मोठं होतं. यातून वाढणारे आजार आणि मृत्यूचं प्रमाणही खूप मोठं होतं. मी माझं शिक्षण पूर्ण केलं. सॉफ्टवेअर इंजिनिअर झाले. आई-वडिलांनी विचारलं, 'पुढं कुठल्या देशात, कुठल्या कंपनीमध्ये काम करणार आहेस?' तेव्हा मी आई-वडिलांना सांगितलं, 'मला मासिक पाळीच्या समस्येवर महिलांसाठी पूर्णवेळ काम करायचंय.' त्यांना धक्का बसला असावा. मी 'क्षितिज' संस्था उभी केली. या संस्थेच्या माध्यमातून मागच्या सात वर्षांमध्ये राज्यभरात काम केलं. आता जेव्हा माझं काम माझे आई-वडील पाहतात, तेव्हा त्यांना खूप आनंद होतो. केवळ 'मासिक पाळी' या विषयावरच नाही, तर राज्यामध्ये प्रज्ञाचक्षू, मूकबधिर, दिव्यांग, मतिमंद असणाऱ्या मुलांसाठीही अनेक उपक्रम 'क्षितिज'च्या माध्यमातून आम्ही हाती घेतले. आर्थिक अडचणी आहेत; पण तरीही आमची उभी राहण्यासाठीची धडपड कायम आहे.''

ग्रामीण भागातल्या दहा शाळांपैकी तीन शाळांमध्येच योग्य त्या टॉयलेटची व्यवस्था आहे. सायकलने शाळेपर्यंतचा प्रवास करणाऱ्या मुली, दिवसभर शेतामध्ये काम करणाऱ्या महिला या सॅनिटरी पॅड विकत घेऊच शकत नाहीत. अशा अनेक महिलांच्या कथा स्नेहल यांच्याकडे आहेत. ''आम्ही पुणे परिसरात एका अंगणवाडीत मासिक पाळीविषयी बोललो, तर तिथल्या आजीबाईंनी अंगणवाडीच्या बाजूचं मंदिर धुऊन काढलं, अशी मानसिकता अजूनही आहे. आम्हाला अनेक ठिकाणी शिव्याशाप मिळतात. उच्चशिक्षित मुलीही मासिक पाळीच्या अनेक अंधश्रद्धांना बळी पडल्या आहेत,'' स्नेहल सांगतात.

स्नेहल यांनी बनवलेले रिपोर्ट, जे शासनाला सादर करण्यात आलेले आहेत, त्या माध्यमातून सरकार महिलांच्या आरोग्याला घातक ठरणाऱ्या व्याधींवर सक्रिय झालं आहे. स्नेहल यांचे यजमान सरकारी नोकरीमध्ये असल्यामुळे त्यांची बदली जिथं होते, तिथं त्यांचं नव्याने ऑफिस सुरू होतं. मला बुलडाणा इथं जायचं होतं आणि स्नेहल यांनाही बुलडाणा इथंच जायचं होतं. आम्ही दोघे जण एकाच गाडीमध्ये बसलो. जाताना अनेक विषय चर्चिले गेले. काही अंतरावर गाडी थांबली. स्नेहल म्हणाल्या, ''चला, आपण काही महिलांना भेटू या.'' तिथं असणाऱ्या महिला स्नेहल यांची वाट बघत थांबल्या

होत्या. सोबत असणारे पॅडचे बॉक्स स्नेहल त्या महिलांना देत म्हणाल्या, ''मावशी, आता तब्येत कशी आहे?'' त्या मावशी म्हणाल्या, ''बरी आहे बाई..!'' आमच्या बोलण्यामध्ये पुन्हा त्या गावातील महिलांच्या आरोग्याचा विषय पुढे आला. छोट्या-छोट्या कारणांवरून स्त्रियांच्या गर्भाशयाच्या पिशव्या काढल्या जातात. त्याचं मुख्य कारण मासिक पाळीच्या काळामध्ये महिलांनी केलेलं दुर्लक्ष, त्यातून झालेले आजार हे असल्याचं अनेक वेळा पुढे आलं आहे. यातून अनेक महिला, मुली जिवानिशी कशा गेल्या याचं उदाहरण स्नेहल मला सांगत होत्या.

बुलडाण्यात जाऊन स्नेहल यांच्या घरासमोर आमची गाडी येऊन थांबली. पत्रकार मित्र राजेंद्र काळे माझी वाट बघत थांबले होते. स्नेहल यांनी त्यांचे यजमान सचिन कदम यांच्याशी माझी ओळख करून दिली. स्नेहल यांनी उभं केलेलं काम, त्याचे अल्बम, वृत्तपत्रीय कात्रणं, त्यांनी सरकारला दिलेले प्रोजेक्ट, अनेक महिला-मुलींचे जीव वाचवण्याचे प्रसंग त्या कागदपत्रं नि फोटोंवरून मला दिसत होते. एक शिक्षित असलेली मुलगी, ठरवलं तर इथल्या अनेक मुली आणि महिलांच्या आरोग्यासाठी खूप मोठं योगदान देऊ शकते, हजारोंचे प्राण वाचवू शकते, हे स्नेहल यांनी त्यांच्या कामातून दाखवून दिलं.

मी स्नेहल यांच्याकडून परत निघालो. निघताना माझ्या मनात खूप प्रश्न होते. आपलं राज्य स्त्री-आरोग्याबाबत किती मागे आहे, त्यांच्या आरोग्याची आपण काहीच काळजी घेत नाही. स्नेहल यांच्यासारख्या महिला, त्यांच्या 'क्षितिज'सारख्या संस्था, स्त्रियांच्या आरोग्यावर लढणाऱ्या त्या प्रत्येकीला, त्या संस्थेला आपण मदतीचा हात दिला पाहिजे, त्यांच्यासोबत गेलं पाहिजे.

■

१३.

'बाप'पणाच्या झळा

नवी मुंबईत होतो, पाऊस थांबायचं नाव घेत नव्हता. माझी गाडी नवी मुंबईच्या सिग्नलवर थांबली. मी गाडीची काच थोडी खाली केली आणि बाहेर हात काढून मोकळ्या हवेचा आनंद घेऊ लागलो. आता मी काच बंद करणार, तितक्यात एका तरुणाने मोठंच्या मोठं मोरपीस गाडीच्या काचेतून आत सरकवलं. तो तरुण मला म्हणाला, ''दादा घ्या ना मोरपीस, तुम्हाला आवडतील, सकाळपासून भोवणीपण झाली नाही.'' त्याचं बोलणं ऐकून मी त्याला म्हणालो, ''तू बीडचा आहेस का?'' तो आश्चर्यचकित होऊन म्हणाला, ''उस्मानाबादचा आहे.'' तो न घाबरता मला म्हणाला, ''साहेब, तुम्ही बीडचे का?'' मी म्हणालो, ''नाही, मी तसा नांदेडचा; पण आता मुंबईकर.'' मी म्हणालो, ''काय भाव आहे एका मोरपिसाचा?'' आमचं बोलणं सुरू असताना, एक मुलगी आली. तिच्या एका हातात वही, तर दुसऱ्या हातात विकण्यासाठी असलेले टिश्यू पेपर होते. ती त्या तरुणाला म्हणाली, ''बाबा, शंभर रुपयांचे चिलर द्या ना...!'' त्याने लगेच चिल्लर दिले. तो मला काही बोलणार तितक्यात दुसरी मुलगी आली आणि तिने त्या तरुणाकडची थोडी मोरपिसं नेली. मी त्या तरुणाला विचारलं, ''या मुली कोण आहेत?'' तो म्हणाला, ''माझ्याच आहेत.'' मी एकदम आश्चर्यचकित झालो. एवढ्याशा मुलाला एवढ्या मोठ्या मुली? मी गाडी बाजूला घेतली. मला ती देखणी मोरपिसं घ्यायची होती. आमचं बोलणं सुरू असतानाच, त्या युवकाला एक फोन आला,

तो तिकडच्या मित्राशी बोलत होता, ''पोलीस त्रास देतात म्हणून मी मुंबईला आलो, मला आता पुन्हा फोन करू नकोस.'' तो एकदम चिडला होता,

चिडूनच त्याने फोन ठेवला. मी त्याच्याकडे निरखून पाहिलं, त्याला विचारलं, "का, काय झालं? ज्याला पोलीस त्रास देत आहेत, ज्याची विचारणा करत आहेत, तो काय पारधी समाजाचा मुलगा आहे का?" तो एकदम रागाने माझ्याकडे पाहत म्हणाला, "का, पारधी समाज माणसांच्या यादीत येत नाही का?" मी म्हणालो, "हो मग, येतो ना..! का नाही?" तो पुन्हा म्हणाला, "तर मग जरा काही वाईट घटना घडली, की पारध्याच्या मुलांकडे एखाद्या आतंकवाद्याप्रमाणे का पाहतात ही पोलीस मंडळी?"

मी काहीच बोललो नाही. एकदम शांत बसलो. त्याचा राग आता काहीसा शांत झाला होता. बाजूला असलेल्या बाईकडे त्याने आपल्या हातातील मोरपिसं दिली. मी विचारलं, "या कोण आहेत?" तो म्हणाला, "माझी बायको आणि ही सर्व मुलं."

नवी मुंबई महापालिकेच्या सिग्नलपासून अगदी थोड्या अंतरावर मी ज्याच्याशी बोलत होतो, त्याचं नाव सुनील अर्जुन शिंदे. सुनील वगळता सर्वांच्या चेहऱ्यावर कमालीचा आनंद होता. सुनीलची आई नागरबाई, पत्नी आशाबाई, नागेश, निकिता, प्रियंका, राणू, नंदनी अशा आठ माणसांचं कुटुंब त्या सिग्नलवर होतं. सुनीलशी बोलताना माझ्या लक्षात आलं की, जीवन जगण्याच्या लढाईत जर जात नावाचा वाईट शिक्का आपल्यावर बसला; 'बाप' नावाचं छप्पर डोक्यावरून उडून गेलं; तर आयुष्याचा सत्यानाश कसा होऊ शकतो, याचं सुनील आणि त्याचं अख्खं कुटुंब उत्तम उदाहरण होतं. जवळजवळ अडीच तास मी सुनीलसोबत बोलत होतो.

सुनीलच्या बोलण्यामधून जे वास्तव समोर आलं, ते धक्कादायकच होतं. मी ज्या सुनीलशी बोलत होतो, तो मूळचा ईटकुर (महादेवनगर, ता. कळंब, जि. उस्मानाबाद)चा. २००९ मध्ये सुनीलचे वडील अर्जुन एका अपघातामध्ये वारले. उसाच्या ट्रॅक्टरखाली आल्याने त्यांचा मृत्यू झाला. सगळ्या बहीण-भावांमध्ये सुनीलच मोठा होता. वडिलांच्या पश्चात काही मदत मिळावी, यासाठी सुनीलने अनेक हेलपाटे मारले, हाल-अपेष्टा सहन केल्या; पण एक फुटकी कवडीदेखील त्याच्या हातावर पडली नाही. सुनीलची आई नागरबाई नेहमी आजारी असते. तिची चार-चार ऑपरेशन झाली आहेत. लहान वयामध्ये सुनीलचं लग्न केलं, ते त्याच्या आईला मदत व्हावी यासाठी! सुनीलला कोवळ्या वयात ना कुठली समज होती, ना कुठली जबाबदारी येईल याचं भान. "गावात आसपास असणाऱ्या

भागात पारधी म्हणून जगायचं म्हणजे काही विचारूच नका. कुठंही काही घटना, गुन्हा घडला, तर सगळ्यात आधी पारधी म्हणून आमच्याकडेच शंकेच्या नजरेने बघितलं जायचं. काबाडकष्ट करूनही चार घास सुखाने वाट्याला आलेत, असं कधीच व्हायचं नाही. सतत होणारा त्रास, वाढलेल्या जबाबदाऱ्या, यांतून आता गावात राहणंच नकोसं झालं होतं. वडिलांच्या घटनेनंतर तीन दिवस घरात खाण्यासाठीही दाणा नव्हता. आपल्यावर वाईट वेळ येते, तेव्हा कोणीही मदत करत नाही....'' सुनील बोलत होता आणि मी ऐकत होतो.

कोणीतरी माणूस आपली विचारपूस करतोय, असं कदाचित सुनीलच्या मुला-बायकोसाठी पहिल्यांदाच घडलं असेल. आपला बाप काय बोलतो, याकडे पोरांचं लक्ष नव्हतं, पोरांचं लक्ष माझ्या बोलण्याकडे होतं. मीही त्या लहान मुलांचं निरीक्षण करीत होतो. ''आपला बाप असतो, तेव्हा बापाची किंमत कोणाला असते...'' सुनील सांगत होता, ''बाप काबाडकष्ट करायचा, घर चालवायचा. जेव्हा डोक्यावर बापाचं छप्पर होतं, तेव्हा जगण्याची फिकर नव्हती, बाप होता तेव्हा त्याची कदर नव्हती. आता तो नाही तर वाटतं, डोक्यावर आभाळ नावाचा प्रकारच शिल्लक नाही.'' केवळ सुनीलच नव्हे, तर त्याचे अनुभव बोलत होते.

मी म्हणालो, ''सुनील, आपण तुझ्या मुलींना शिकवू या, त्यांना चांगल्या शाळेत टाकू या.'' सुनील म्हणाला, ''माझाही तोच विचार आहे; पण गावाकडे नको आता. तो पारधी - पारधी म्हणून हिणवून मारलेला शिक्का पुन्हा मारून घेण्यात काही अर्थ नाही. माझं लहानपण ऊसतोडणीमध्ये गेलं. जसं कळायला लागलं, तसं अंगावर जबाबदारीचं भलंमोठं ओझं पडलं. आता मुलं मोठी झाल्यावर कळतंय, बाप किती महत्त्वाचा आहे ते. 'बाप'पणाच्या झळा जोपर्यंत लागत नाहीत, तोपर्यंत आपला बाप काय होता, हे कळत नाही.'' आपल्या वडिलांच्या आठवणींमध्ये पाणावलेले डोळे पुसणारा सुनील आईच्या अंगावर पांघरूण टाकत होता.

मी सुनीलला माझं कार्ड दिलं आणि त्याला म्हणालो, ''सुनील, बेलापूर स्टेशनच्या बाहेर 'सकाळ भवन' असं लिहिलेलं माझं ऑफिस आहे. तुला जेव्हा गरज वाटेल, तेव्हा नक्की ये, किंवा फोन कर.'' मी गाडीत बसायच्या अगोदर सुनील आपल्या हातातली मोरपिसं घेऊन ती विकण्यासाठी या गाडीकडून त्या गाडीकडे असा प्रवास करत होता. त्याला जबाबदारीची जाणीव होती. आता दिवसभर हात-पाय हलवले नाहीत तर रात्री लेकरं, आईला उपाशी झोपावं लागेल, हे त्याला माहिती होतं.

मी गाडीत बसलो. मनात विचार करत होतो, 'चोरटी जात' हा शिक्का किती वाईट आहे. 'त्या' जातीतल्या एखाद्या माणसाने चोरी जरी केली असेल, तरी त्यात बाकी माणसांचा काय दोष? कालच आम्ही मराठवाडा मुक्तिसंग्राम दिन साजरा केला... सुनीलसारखे युवक पाहिल्यावर त्या मुक्तिसंग्रामाला काही अर्थ आहे का, हा प्रश्न पडतो... आणि दुसरा महत्त्वाचा भाग म्हणजे, 'बाप' असतो तेव्हा त्याची किंमत वाटत नाही आणि जेव्हा तो नसतो, त्याची जबाबदारी आपल्यावर पडते, तेव्हा किती संकटांना सामोरं जावं लागतं, ते विचारायचं नाही. शिवाय अज्ञान, दारिद्र्य, शिक्षणाचा अभाव हे जर पाचवीला पुजलं असेल, तर मग पुढचं न बोललेलंच बरं...!

■

१४.
अशोक ते आशा

माझा भाचा सुजितचं लग्न झालं. नांदेड आणि परिसरात लग्न झालं की, तिसऱ्या-चौथ्या दिवशी 'डाक'चा जागरणाचा कार्यक्रम असतो. या कार्यक्रमात एक तृतीयपंथी रात्रभर पायांत घुंगरू बांधून देवाचा जागर करत नृत्य करतो. आम्ही या कार्यक्रमासाठी सुजितचं गाव असलेल्या कलंबरला गेलो. रात्री नवरी सीमा, नवरदेव सुजित मराईदेवीच्या समोर पूजेसाठी बसले होते. पूजा सुरू झाली. मागून आवाज आला, ''आशा जान्या आला, देवकर जान्या आला.'' नवरी, नवरदेव आणि पूजेकडे असलेलं सर्वांचं लक्ष एकदम 'त्या' जान्याकडे गेलं. एक पुरुषी चेहरा असलेली व्यक्ती साडी नेसून आली होती. त्या व्यक्तीचा शृंगार, चालण्यामधला वेडेवाकडेपणा आणि पायांत बांधलेले मोठमोठे घुंगरांचे दोर सर्वांचं लक्ष वेधून घेत होते. देवाच्या भक्तीसाठी नाही, तर त्या जान्याला, तृतीयपंथीला पाहण्यासाठी अवघा गाव तिथं जमला होता. आशा देवकर चालताना त्याच्या पायांचा आवाज छमछम असा येत होता. माझ्यासाठी एका तृतीयपंथीला पाहणं नवीन नव्हतं, पण एखाद्या तृतीयपंथीला असं 'देवपण' डोळ्यांसमोर ठेवून मी पहिल्यांदा पाहत होतो.

हलगी, ढोलकी, संबळ, टाळ यांचा आवाज कानाला तृप्त करत होता. घरातली माणसं वगळता अन्य कुणाला त्या पूजेचं काही देणं-घेणं नव्हतं. सर्वांना डोळे भरून पाहायचं होतं, ते आशा जान्याला. आशाचं नृत्य सुरू झालं. जमलेली माणसं पैसे देत होती. पैसे दिल्यावर आशा त्या माणसांच्या फर्माइशप्रमाणे गाणं, शायरी म्हणत होती. आशाला खूप गाणी, शायरी पाठ होत्या. रात्रीला जसजसा

अंधाराचा रंग चढत होता, तसतसं त्या 'डाक' कार्यक्रमाचं रूपांतर पूजा सोडून लोककलेत होत होतं. तो डाक एक श्रद्धेचा, लोककलेचा विषय होता हे खरं होतं; पण तिथं माणसं आनंदासाठी माणुसकी सोडू शकतात, हे तिथल्या वातावरणाला पाहून लक्षात येत होतं. खूप झालेल्या वयात, प्रत्येक माणसाच्या आवडीचं ओझं वाहताना आशाला खूप त्रास होत असल्याचं जाणवत होतं. माझ्यासोबत असणाऱ्या गजानन मोरे, महेश धुमशेटवार, अशोक घोरबांड दाजी यांच्यासाठी खास शायरी होती. एका हातानं घाम पुसत, दुसऱ्या हातानं साडीचा पदर आवरत, चेहऱ्यावर प्रचंड असणारा थकवा जाणवू न देता आशाने संपूर्ण कार्यक्रम हिट केला. जेव्हा गर्दी पांगली तेव्हा मला आशाशी बोलावं वाटलं.

जी उरलेली माणसं होती, ती माणसं आशाची टिंगल-टवाळी करणं काही थांबवत नव्हती. घोरबांड दाजींनी माझ्याकडे बोट करत, "हा आमचा मेहुणा आहे, तुमच्याशी त्यांना बोलायचं आहे," असं तिला सांगितलं. तिचा थकलेला चेहरा पाहून मलाच कीव येत होती. ती म्हणाला, "आता खूप वेळ झाला आहे." मी आशाला म्हणालो, "तुमचं गाव कोणतं?" ती म्हणाला, "बरबडा." मी पुन्हा म्हणालो, "तुमच्या घरी उद्या किंवा परवा मी तुम्हाला भेटायला आलो तर चालेल का?" माझं प्रेमाचं बोलणं ऐकून आशाने मनातला थकवा दूर करत, माझ्यावर नजर टाकली. पायांतले घुंगरू सोडायचे बाजूला करत कमरेचा पदर सोडून डोक्यावर घेत आशा म्हणाली, "हो, या ना...! काही औषधं हवी आहेत का?" आशाच्या सोबत असणारी व्यक्ती लगेच मला म्हणाली, "देवकरचा हातगुण फार चांगला आहे हं. अनेक आजारांवर त्या औषध देतात." मी म्हणालो, "नाही नाही, मला औषध नाही पाहिजे, मला देवकरचा सर्व प्रवास जाणून घ्यायचा आहे." देवकरने पुन्हा डोक्यावरचा पदर सोडला आणि कमरेला बांधला. "हो, या!" असं आशा म्हणाली. आम्ही सगळे आमच्या गावी पाटनूरला निघालो आणि देवकर त्यांच्या बरबडा गावी निघून गेली.

ही जमात किती उपेक्षित आहे, त्यांना रोज जगताना किती किळसवाण्या त्रासाला सामोरं जावं लागतं, याचा मी जाताना विचार करीत होतो. तिसऱ्या दिवशी मी माझी कामं आटोपून बरबडा इथं आशाच्या गावी पोहोचलो. माझा मित्र श्यामसुंदर धर्माधिकारी व सदाशिव धर्माधिकारी या दोन मित्रांचं बरबडा हे गाव होतं. त्यामुळे मी यापूर्वी इथं आलो होतो. मी आशाच्या घरी पोहोचलो.

अनेक बायका, पुरुष आशाच्या घरी थांबले होते. छोट्याशा घरामध्ये सगळीकडे देवीचेच फोटो होते. घरातून बाहेर पडणाऱ्या एका जोडप्याला मी विचारलं, ''काय झालं होतं तुम्हाला?'' मी असं विचारल्यावर ते दोघंही माझ्या चेहऱ्याकडे आश्चर्याने पाहत होते. माझ्या लक्षात आलं, त्यांना मी असं विचारायला नको होतं. कुणी हातात धागा, कुणी पेटी, कुणी अंगारा घेऊन बाहेर पडत होतं. बऱ्याच वेळाने मी आतमध्ये गेलो. आदर करावा तर आशाने. माझं खूप छान स्वागत झालं. देवीच्या समोर ठेवलेला भंडारा माझ्या कपाळावर लावताना आशा म्हणाली, ''भुताखेताची, वाईट नजरेची बाधा तुम्हाला होणार नाही.'' ती आपल्या आसनावर बसत म्हणाली, ''बोला, काय म्हणताय?'' ''मला तुमचं काम, प्रवास जाणून घ्यायचा होता.'' मोठा निःश्वास सोडत आशा म्हणाली, ''काय करता साहेब माझा प्रवास जाणून घेऊन. मी आणि माझं काळंकुट्ट आयुष्य. बाकी काय आहे माझ्या आयुष्यात.'' प्राथमिक स्वरूपात आमचं बोलणं सुरू झालं आणि मग हळूहळू भावनिक होऊन एका माणुसकीच्या नात्यामध्ये गुंतत गेलो. मी प्रश्न विचारत होतो आणि भावुक होऊन आशा त्या प्रश्नांची उत्तरं देत होती.

मी ज्या आशा देवकरशी बोलत होतो, तिचं मूळ नाव अशोक. गाव बीड जिल्ह्यातलं माजलगाव. लहानपणीच्या अशोकचे आणि आताच्या आशाचे आई-वडील हे शेतकरी. आशाला एक भाऊ. चांगला संपन्न परिवार. लहानपणी आशा मुलांसारखीच दिसत होती, पण वागत होती मुलींसारखी. आई-वडील दोघंही सांगून, मारून कंटाळले. साडी नेसणं, कुंकू लावणं, मुलींमध्ये खेळणं हे आशाचं नित्याचं झालं होतं. आशा एक-एक करून मला अनेक प्रसंग सांगत होता आणि मी ऐकत होतो. ती म्हणाला, ''गावात एकदा तमाशा आला होता, त्यात मी नाचलो. मग तिकडेच जायची मला खूप ओढ लागली. बाबाने खूप मारलं तरी मी तिकडे जात होतो. काही मित्र भेटत गेले, त्यांनी कुठं, कसं जायचं हे सांगितलं. याच बरबडा गावात असणारे गोविंद देवकर हे मला भेटले. त्यांनी माझं पालकत्व, गुरुत्व स्वीकारलं.'' मी आशाला मध्येच विचारलं, ''तुम्ही खूष आहात?'' त्यावर ती हसली आणि म्हणाली, ''ते काळाप्रमाणे ठरतं. सासू-सुनांचं भांडण लागतं, तेव्हा वाटतं बरं झालं देवाने मला हा जन्म दिला. सणावाराला वाटतं की, देवाने ना बाई बनवली, ना गडी,'' असं म्हणत आशा

रडायला लागला. मी पुन्हा म्हणालो, ''तुम्हाला कधी लग्न करावंसं वाटलं नाही का?'' तेव्हा भानावर येत आशा म्हणाली, ''भावना नसतील तर कसं होणार लग्न?'' मी म्हणालो, ''तुमचं लग्न नाही, वय आता ५७ वर्षं आहे. आता हात-पाय चालतात ठीक आहे. पुढं तुमच्या भविष्याचं काय?'' आशा सहजपणे म्हणाली, ''काही नाही, माझ्यासारखा एखादा शिष्य पाहायचा, जे मरण पावलेल्या गोविंद देवकरने केलं.'' ''तुम्ही जे कार्यक्रम करता, जी पूजा करता त्याचं स्वरूप काय आहे? ही प्रथा बाकी जिल्ह्यांत काही दिसत नाही.'' ती म्हणाली, ''आमच्या तृतीयपंथींमध्ये चार जाती आहेत. 'जान्या' म्हणजे माझी जमात, जे 'डाक' जागरणाचं काम करते. दुसरी 'हिजडा', जे रस्त्यावर मागून खातात. तुळजाभवानीच्या नावाने जे 'जोगवा' मागतात ते 'आराधी', कोल्हापूर आणि परिसरात मोराचं पीस लावून जे 'जोगवा' मागतात, त्यांना 'जोगते' म्हणतात.''

नांदेड आणि परिसरातील अनेक तृतीयपंथी यांना एकत्रित करून त्यांचे असणारे अनेक प्रश्न सोडवणाऱ्या आशाने आपल्या आयुष्याची काळजी कधीच केली नाही. देवीचा डाक, आपल्या बिरादरीला मदत करणं, ज्यांना कुणाला आजार आहे, ज्यांची श्रद्धा आहे, अशा अनेकांचा आजार बरा करणं, अशी कितीतरी कामं आशा करते. मी निघताना आशा म्हणाली, ''आईच्या कुशीत झोपावं वाटतं आणि कुटुंबाच्या सान्निध्यात राहावंसं वाटतं; पण तसं होत नाही.'' आपल्या आईची आठवण करून रडणारी आशा म्हणाली, ''माझ्या आयुष्यात मी कुणासमोर तरी एवढ्या मोकळेपणानं व्यक्त झाले.'' आशा त्या सर्व आठवणींनी रडायची थांबत नव्हती. आशाची समजूत काढून मी परतीच्या मार्गाने निघालो.

ही खरीखुरी कहाणी एका आशाची नाही, तर आपल्या राज्यात साठ हजार आणि देशात साडेचार लाख असणाऱ्या तृतीयपंथींची आहे. कायद्याने 'त्या' प्रत्येक तृतीयपंथीला खूप मोठा आधार दिलाय; पण माणुसकी न दाखवणाऱ्या त्या माणसांचं काय, ज्यांना या पीडितांची साधी कीवपण येत नाही. मी गेल्या काही दिवसांपासून वैज्ञानिक पद्धतीने भगवद्गीतेचा अभ्यास करतोय; पण माझ्यापेक्षा कितीतरी पुढं जाऊन आपलं कर्म प्रामाणिकपणे करत, लोकांचे आशीर्वाद घेत, गीता प्रत्यक्ष जीवनात उतरवत आशा 'जान्या' काम करत

असल्याचं मला जाणवत होतं. आयुष्यात कितीही संकटं आली तरी आपण थकायचं नाही, दमायचं नाही, आपलं काम प्रामाणिकपणे आपण करत गेलं पाहिजे. आशासारखे अनेक तृतीयपंथी पोटतिडकीने काही चांगलं काम करीत असतील. त्यांना मदत करणं आपलं कर्तव्य नव्हे का?

■

१५.

लढा एका 'फकिरा'चा

अमळनेरला माझी बहीण सुरेखा पाटील यांच्या घरी नवीन गृहप्रवेश होता. त्यासाठी मी अमळनेरला गेलो होतो. आई देवका, बाबा गयबू, दादा राहुल यांना मी अमळनेरला खास या कार्यक्रमासाठी आलो म्हणून खूप आनंद झाला. कार्यक्रम झाल्यावर, मी अमळनेरमध्ये जरा पाय मोकळे करायला निघालो. शहरात सगळीकडे प्रचंड सधनता होती. मला प्रश्न पडला, मार्केटमध्ये चांगल्या दर्जाचा माल असूनही एवढी स्वस्ताई कशी काय? जेव्हा खोलात गेलो, तेव्हा अमळनेरचं गुजरात आणि मुंबई या शहरांशी असलेलं कनेक्शन, हे सधनता आणि स्वस्ताईमागचं कारण होतं, हे मला कळालं.

माझ्यासोबत अशोक दाजी, मित्रवर्य महेश धुमशेटवार सावकार, माझा भाचा सुजीत, घनश्याम, हरीबाबा ही मंडळी होती. अमळनेर येथील श्री मंगळदेव ग्रह मंदिरात दर्शनासाठी गेलो. बाहेर पडताना बूट-चप्पल सांभाळणाऱ्या सचिन जाधव नावाच्या सेवेकऱ्याशी मी बोलत होतो. मी त्याला म्हणालो, ''आज एवढी गर्दी का आहे? कुठून येतात ही माणसं?''

सेवेकरी सचिन म्हणाला, ''आज मंगळवार आहे. सगळ्या जगातून इथे भक्त येतात.'' मला आश्चर्य वाटलं. सचिनने मला अमेरिकेतून अभिषेकासाठी ऑनलाइन असलेली त्या दिवसाची बुकिंग दाखवली, मी थक्क झालो. भारताच्या रूढी-परंपरांची भुरळ अमेरिकेलाही होतीच. अमळनेरच्या सधनतेचे धागेदोरे थेट अमेरिकेत असल्याचं मला त्या मंदिरात पाहायला मिळालं.

ऐश्वर्या राय बच्चनचा 'मंगळ' काढताना कोलकाता येथील श्री मंगळदेव ग्रह मंदिर हे टीव्हीवर पाहिलं होतं. भारतातलं कोलकात्यासारखं दुसरं सेम श्री

मंगळदेव ग्रह मंदिर मी अमळनेर इथे पाहत होतो. आम्ही मंदिरातून बाहेर पडलो. महावीरची बदामशेक 'चव' आम्हा सर्वांच्या जिभेवर रेंगाळत होती. त्या छोट्या अमळनेर शहराची अनेक वैशिष्ट्यं होती. मी त्या शहरातल्या बाजारपेठेत फिरत होतो. पाठीमागून एक आवाज आला, ''साहब, गरीब को कुछ दे दो, अल्लाह आपको सहीसलामत रखेगा.'' एक हिरवं वस्त्र घातलेला फकीर एका हातामध्ये झोळी आणि दुसऱ्या हातामध्ये एक लहान मुलगा घेऊन विनवणी करीत होता. असं वाटत होतं, आताच हे दोघेजण हिरव्या पेहेरावामधील जगातील स्पर्धा जिंकून इथं आले असतील. दोघांच्या चेहऱ्यावर तेज होतं. मी खिशात हात घातला आणि त्या झोळीत पैसे टाकले. त्यांनी झोळीत टाकलेले पैसे पाहिले आणि खात्री केली, किती पैसे टाकले ते. त्या फकिराने माझ्या पाठीवरून हात फिरवत मला म्हटलं, ''तुम्ही अमळनेरचे नाहीत.'' मी म्हणालो, ''तुम्ही कसं ओळखलं?'' तो फकीर शांतपणे म्हणाला, ''तुमच्या डोळ्यांत संयमीपणा, नम्रपणा मला दिसला. मला रोज पाहणाऱ्या ओळखीतल्या चेहऱ्यांवर कुठला आलाय नम्रपणा!'' त्या फकिराशी बोलताना त्याचं मोठेपण जाणवत होतं. कोपऱ्यावर असणाऱ्या एका हॉटेलमध्ये चहा घेत आमच्या गप्पा रंगल्या होत्या.

मी ज्या फकिराशी बोलत होतो, त्याचं नाव होतं 'फकिरा'. 'फकिरा'ची आई शमिना आणि वडील बशीर यांना सहा मुली झाल्या. त्या सहा मुली बाळंतपणातच दगावल्या. जेव्हा फकिरा गर्भात होते, तेव्हा अमळनेरपासून जवळ असलेल्या पीरबाबाला फकिरा यांच्या आईने नवस केला. त्या नवसात आई म्हणाली, ''या वेळी माझा गर्भ वाढू दे, बाळ वाचू दे, ते बाळ तुला अर्पण करतो.'' फकिरा जन्मले; वाढले, मोठे झाले आणि लहानपणीच फकिराच्या आई-वडिलांनी त्यांना पीरबाबाला अर्पण केलं. त्यानंतर फकिरा यांना तीन भाऊ आणि चार बहिणी झाल्या. शेवटच्या बाळंतपणात फकिरांची आई गेली. आईच्या आठवणीने भावुक झालेले 'फकिरा' आईने शेवटपर्यंत किती प्रेम केलं हे सांगत होते. ''मरताना आईने माझा हात हातामध्ये घेतला आणि म्हणाली, ''बाळा, तू अल्लाहला आवडेल असं नेकीने काम करून दाखव,'' असं म्हणत तिनं आपला जीव सोडला. आम्हा भावंडांसाठी आईचं योगदान फार महत्त्वाचं होतं. अल्लाहची दीक्षा घेत, चार घरं भीक मागून पोट भरत, धर्मासाठी काम करत राहायचं. रोजचं जगणं आमच्या हातात असतं कुठं? ते कसं जगायचं, हे धर्मशास्त्र सांगतं.''

मला कमाल वाटली. ज्यांना दोन वेळचं खाण्याचे वांदे, त्यांना धर्माच्या चौकटीतून तोलायचं कशाला? मी भानावर येत फकिराला म्हणालो, ''तुमचं नाव फकिरा कसं काय पडलं?'' फकिरा म्हणाले,'' माझ्या आजोबांचं नाव फकिरा होतं, तेच नाव माझं ठेवलं. तसं माझं नाव पीरफकीर; पण सर्वजण 'फकिरा' म्हणायचे आणि पुढे तेच माझं नाव पडलं.'' मी म्हणालो, ''तुमचं लग्न झालं का?'' फकिरा म्हणाले, ''कोण देणार मुलगी मला? गरिबीसह अनेक धर्मांच्या अनेक चौकटी माझ्याभोवती होत्या.'' मी शांत बसलो. ''हा सोबतचा मुलगा कोण आहे?'' फकिरा म्हणाले, ''हा खलील, माझ्याच बिरादरीचा आहे.''

मी पुन्हा म्हणालो, ''असे किती जण आहेत?'' फकिरा शांत होते, काहीही बोलत नव्हते. त्यांच्या शांतपणात अनेक रहस्यं दडली होती, हे माझ्या लक्षात आलं.

फकिरा म्हणाले, ''धर्म जेवढा चांगला, तेवढा वाईट आहे, असंही कधी कधी वाटतं. धर्म आणि धर्माच्या नावावर डोळ्यांवर पट्टी बांधणाऱ्या 'सुधारकां'पेक्षा आपणच एक पाऊल पुढे टाकायला पाहिजे. म्हणून आमच्या बिरादरीमध्ये नव्यानं येणारी मुलं, जुनी असणारी आणि ज्यांना शिक्षणाची इच्छा आहे, त्यांना घेऊन आम्ही शिक्षणाची दारं उघडली आहेत. या कामासाठी आम्हाला विरोधही झाला; पण आम्ही आमचं काम सुरू ठेवलं. आज चार अक्षरं शिकलेली मुलं आपण आयुष्यभर फकीर होऊन राहायचं नाही, अशी मनात धारणा ठेवून पुढे जात आहेत. त्यासाठी आम्ही अनेक जण आमच्या कमाईमधून चार पैसे बाजूला ठेवतो, इतरांकडून पैसे मागतो. आता हे काम माझ्यासह अनेकांच्या आयुष्याचा भाग झालं आहे. जेव्हा पिराची यात्रा असते, तेव्हा इतर शहरांतून आलेल्या सर्व फकीर मंडळींना मी माझा उपक्रम सांगितला. त्यातल्या अनेकांनी आपापल्या शहरात हा उपक्रम सुरू केला. या मुलांना शिकवताना आपण अल्लाहला रोज भेटतो, असं ते सर्व मला सांगतात. धर्म काहीही सांगो; चार मुलं शिकली पाहिजेत, याला माझ्यासह अनेक फकिरांचा दुजोरा होता. आता माझं काम एक लढा बनलं आहे...'' फकिरा मला सांगत होते.

मी खलीलला विचारलं, ''तू काय शिकतोस?''

खलील म्हणाला, ''पाचवीला आहे.'' रोजच्या संघर्षातून आपलं शिक्षण कसं सुरू आहे, याविषयी तो बोलत होता. त्याच्यासोबत अनेक मुलं फकिरामुळे शिक्षणाच्या प्रवाहात कशी आली, हे खलील मला सांगत होता. 'फकिरा'चा हा

लढा सोपा नव्हता; पण तो लढत होता.

अंधश्रद्धेला खतपाणी घालणारी माणसं मुस्लीम समाजामध्ये मोठ्या प्रमाणावर कशी आहेत, हे फकिरा मला सांगत होता. ''आम्ही तुम्हाला असं काही सांगितलं, ते बाकी कुणाला सांगू नका; ज्यांनी ज्यांनी असं परखड मत मांडलं, त्यांना वाळीत टाकलं गेलं,'' असं फकिरा बोलत होते.

आमचं बोलणं सुरू असताना, माझे मित्र महेश धुमशेटवार सावकार मला शोधत शोधत माझ्याजवळ आले आणि म्हणाले, ''काय कथा झाली मायच्यान... किती शोधलं तुम्हाला? फोन का उचलत नाहीत?'' सावकार आपल्या 'नांदेडी' शैलीमध्ये मला बोलत होते. आमचे गंभीर चेहरे पाहून सावकार एकदम शांत झाले.

त्या दोघांचा हात हातामध्ये घेऊन मी परतीच्या प्रवासाला निघालो. फकिराच्या लढ्याला मी शुभेच्छा दिल्या. फकिराचं राहिलेलं आयुष्य आणि खलीलचं उभं आयुष्य कसं जाईल, याची मला काळजी वाटत होती. आज मुस्लीम समाज शिक्षणापासून, विकासापासून, प्रगतीपासून खूप दूर आहे; रूढी-परंपरांमध्ये तो समाज अजूनही खूप अडकलाय. त्या रूढी-परंपरांच्या बेड्या तोडणारा फकिरा पूर्ण ताकद लावून प्रयत्न करतोय, तोच आशेचा मोठा किरण आहे. असे अनेक फकिरा आशेचे किरण बनून पुढे आले पाहिजेत, हे नक्की!

■

१६.
नि:स्वार्थी सेवेची तपस्या

आमच्या बुधवार पेठ कार्यालयाच्या दिशेने निघालो होतो. त्या वेळी गाईची वाजत-गाजत आरती होतानाचं दृश्य मला बाजूला दिसलं. आता ना कुठला सण ना वार उत्सव, मग गाईची पूजा का केली जाते, असा प्रश्न मला पडला. क्षणभर मला असं वाटलं की, रस्त्यावर गाईच्या नावाने अनेक जण पैसे, धान्य मागतात, त्यांपैकी काहीसा हा प्रकार असेल; पण ते तसं नव्हतं. मी जरा जवळ जाऊन बघितलं, तर अनेक कुटुंबांतील माणसं एकत्र येऊन त्या गाईची पूजा करत होती. मी बाजूला असणाऱ्या एका माणसाला विचारलं, ''कुठल्या देवाला वगैरे ही गाय दान दिली जात आहे का?''

ती व्यक्ती म्हणाली, ''असं काही नाही.'' मी त्याला खूप खोलात जाऊन विचारल्यावर त्याने मला सांगितलं, ''ज्या ताई त्या गाईला कुंकू लावत आहेत, त्यांनी पुढे हात जोडून उभ्या असणाऱ्या कुटुंबाला ही गाय भेट दिली.'' मला काही कळेना. मला वाटलं भेट दिली म्हणजे, माहेरच्याकडून सासरला मुलीकडे गाय देण्याची प्रथा लग्न झाल्यावर आजही आहे, तसं काहीतरी असेल. या शंकेने खोलात शिरल्यावर लक्षात आलं, की असं काही नव्हतं. त्या माझ्याशी बोलणाऱ्या माणसाने मला ती गोपूजा आणि ती माणसं यांच्याविषयी तपशीलवार सांगितलं. मलाही ते ऐकून आश्चर्याचा धक्का बसला. पिंपरी-चिंचवडमध्ये असणाऱ्या शीतल तेजवानी-सूर्यवंशी या मोठ्या दत्तभक्त आहेत.

उद्योजक असणाऱ्या शीतल यांनी राज्यातल्या अनेक भागांत जाऊन लोकांना गाई दिल्या. उदरनिर्वाहासाठी, भक्तिभावाने गाय भेट देण्यामध्ये शीतल यांना प्रचंड रस आहे. गाय, कुत्रे हे श्री दत्तगुरूंचे सेवेकरी आहेत,

त्यामुळे त्यांच्याविषयीची विशेष काळजी घेतली पाहिजे, त्यांना जपलं पाहिजे, या धारणेतून शीतल यांनी सुरू केलेलं काम आज वेगळ्या वळणावर येऊन थांबलं.

शीतल यांच्यासोबत असणारी ती व्यक्ती मला सारं काही सांगत होती. शीतल यांच्या घरी दत्त संप्रदायाचं वातावरण. इंजिनिअर असणाऱ्या शीतल नेहमी सामाजिक कार्यात रुची ठेवतात. त्या गाईची आरती, पूजा संपली. त्या व्यक्तीने माझी शीतल यांच्याशी ओळख करून दिली. मी शीतल यांना नमस्कार केला. मला बोलायचं आहे, अशी मी शीतल यांना विनंती केली. त्या म्हणाल्या, ''मी आपल्याशी बोलते, पण एका कामाला मला जायचंय, कारण पण जाता -जाता बोलू या, कुणीतरी माझी वाट पाहत आहे.'' मी लगेच होकार दिला.

ज्या कुटुंबाला त्यांनी ही गाय दिली होती, ते गरीब कुटुंब आनंदाने अश्रू ढाळत होतं. माझ्याशी जी व्यक्ती बोलत होती, त्या व्यक्तीची शीतल यांनी मला ओळख करून दिली. शीतल म्हणाल्या, ''हे सदाशिवराव जाधव. पुणे, पिंपरी-चिंचवड या भागामध्ये जे गरजू लोक आहेत, त्यांच्यापर्यंत मला नेण्याचं काम हे करतात.'' मी म्हणालो, ''तुमच्याविषयी सदाशिवभाऊंनी मला बऱ्याच गोष्टी सांगितल्या आहेत; पण मला तुमच्याशी बोलायचं होतं.'' शीतल अगदी नम्रपणे मला म्हणाल्या, ''बोला, बोला दादा.'' ''तुम्ही कोणाला तरी गाय भेट देता. आतापर्यंत असंख्य गाई भेटी दिलेल्या आहेत. त्यामागचं कारण नेमकं काय आहे?'' शीतल शांतपणे हसल्या आणि म्हणाल्या, ''चांगलं काम करायला कारण लागतं का दादा? माझी आई रेणू मला नेहमी म्हणते, 'बाळा एक गाय जगली, वाढली, आनंदी राहिली, तर तो आशीर्वाद थेट श्रीदत्तगुरूंपर्यंत जाऊन पोहोचतो.''

बराच वेळ पुढे गेल्यावर एका मोकळ्या जागेत आमची गाडी थांबली. गाडी थांबल्या थांबल्या अनेक कुत्री आमच्याजवळ आली. ड्रायव्हर लगबगीनं खाली उतरले. त्यांनी गाडीत मागच्या बाजूला असलेल्या बॅगा खाली काढल्या, त्या उघडल्या. त्यातील खूप सारी बिस्किटं काढली, ती शीतलजवळ दिली. ती बिस्किटं शीतल यांनी त्या कुत्र्यांच्या समोर टाकली. कुत्री बिचारी ती बिस्किटं घेऊन बाजूला जाऊन शांतपणे खात होती. बऱ्याच वेळाने शीतल आणि कुत्र्यांसमोरची सगळी बिस्किटं संपली होती. मनसोक्तपणे बिस्किटं खाऊन शांत झालेली कुत्री शीतल यांच्याकडे शेपटी हलवत लाडाने अंगावर येत होती.

शीतल त्या प्रत्येक कुत्र्याच्या पाठीवरून मायेने हात फिरवत होत्या.

श्री दत्तप्रभू, श्री दत्तप्रभू असं त्यांच्या तोंडातून अधूनमधून निघत होतं. मलाही आश्चर्य वाटत होतं, इतकी सगळी कुत्री एकाच ठिकाणी एकत्रित येतात कशी? याचाच अर्थ शीतल तिथं नेहमी येत असाव्यात हाच होता. कुत्र्यांना बिस्किटं टाकताना, त्यांच्याशी हितगूज करताना शीतल माझ्याशी बोलत होत्या. ''मुकी जनावरं माणसांपेक्षा प्रेमळ असतात, फक्त त्यांच्यावर आपण प्रेम करत नाही. मी दत्ताची भक्त आहे. म्हणून त्यांच्यावर प्रेम आहेच आहे; पण एक माणूस म्हणून आपण जर प्राण्यांवर प्रेम केलं, तर प्राणी माणसापेक्षा जास्त प्रेम आपल्यावर करतात.''

शीतल बोलता बोलता मला म्हणाल्या, ''आज तुमच्या रूपाने कोणी तरी माहेरचं माणूस मला भेटलं असं वाटतं दादा.'' मीही हसून त्यांना प्रतिसाद दिला. माझं बोलणं अजून संपलेलं नव्हतं, मला त्यांच्याकडून त्यांच्या कामाविषयी सगळे बारकावे जाणून घ्यायचे होते. मी पुन्हा त्यांच्या गाडीत बसलो. आमचा प्रवास पुन्हा सुरू झाला. आमचं बोलणं सुरू होतं, या प्रवासादरम्यान शीतल यांचा ग्रुप करत असलेले अनेक सामाजिक उपक्रम त्यांनी मला सांगितले. दृष्टिहीनांच्या शाळेला उभं करण्यासाठी मदत करण्यात त्यांचं खूप मोठं योगदान होतं. शीतल म्हणाल्या, ''मुक्या जनावरांना जसं नेमकं काय हवं आहे, काय पाहिजे हे कळत नाही, ते त्यांच्या डोळ्यांमधून व त्यांच्या शारीरिक हालचालींवरून समजून घ्यावं लागतं, तसंच अंध-अपंग =असणाऱ्या मुलांचं आहे.'' शीतल त्यांना आलेले अनेक अनुभव मला सांगत होत्या. मी शीतल यांच्या घरी गेलो, त्यांनी त्यांचे यजमान सागर यांची मला ओळख करून दिली. चहापान झाल्यावर शीतल यांचे जुने अल्बम मी चाळत होतो.

कधीही समाजासमोर आलं नसेल, इतकं मोठं काम शीतल पूर्णवेळ करत होत्या. ना एनजीओ आहे, ना कुण्या वर्तमानपत्रात बातमी द्यायची आहे, ना कुणाला दाखवायचं आहे की, मी किती मोठं काम करते! बस आपल्याला आवडतं लोकांचे, मुक्या प्राण्यांचे आशीर्वाद घ्यायला, या भावनेतून त्यांचं काम सुरू आहे. मी शीतल यांच्या घरून निघालो. माझ्या मनात असंख्य प्रश्न होते. देवावरची श्रद्धा हा विषय ज्याचा त्याचा वैयक्तिक आहे; पण त्या सेवेतून एक सेवाभावी वारसा जपता येतो हे खरं होतं. शीतलसारखी समाजाचं दुःख न पाहू शकणारी माणसं आपल्या भक्तीच्या माध्यमातून असंख्य घरांना उभं करू

शकतात, त्यांच्या डोळ्यांतले अश्रू पुसू शकतात. शीतलसारखी एखादी महिला पुढे आली, तर त्याचं काय होऊ शकतं, याचं उत्तम उदाहरण होतं. जे गरजू आहेत त्यांनी शीतल यांच्या मदतीने पुढे आलं पाहिजे आणि जे शीतल बनू पाहत आहेत, त्यांनी शीतलच्या रस्त्याने प्रवास केला पाहिजे.

■

१७.

ज्ञान आणि माणुसकीचा धर्म

औरंगाबादमधून मी लातूरला जात असताना परळीमध्ये माझे मित्र अभिजित देशमुख यांच्या आई-वडिलांची भेट घेऊन पुढं निघालो. परळीच्या त्या रस्त्यानं पुढं जाताना रामनगर भागात थोडे पाय मोकळे करायला मी गाडीच्याखाली उतरलो. ऐन उन्हाच्या वेळेला जोरजोराने हंबरणाऱ्या गाईंचा आवाज कानावर पडला. एखादी गाय ओरडणं ठीक आहे; पण एवढ्या सर्व गाई एकाच वेळी का ओरडतात, असा प्रश्न मला पडला. रस्त्याच्या कडेला एका उंच जागेवर एक मंदिर होतं. त्या मंदिराच्या शेजारी एक गोशाला होती. मी थोडं वर गेलो. पाहतो तर काय, अनेक छोटी-छोटी मुलं मंत्र आणि वेदांचा अभ्यास करीत होती. बाजूला एक यज्ञही सुरू होता. बाहेर एक बोर्ड लावलेला होता. त्यावर लिहिलं होतं, 'स्वामी श्रद्धानंद गुरुकुल, परळी-वैजनाथ.' १९९६ ला हे गुरुकुल स्थापन झालं, अशीही नोंद त्या बोर्डवर होती.

मी त्या गुरुकुलाच्या दिशेने निघालो. यज्ञाच्या बाजूला बसून अनेक लहान-लहान मुलं मंत्रोच्चार करीत होती. मी तिथं जाऊन थांबलो, तरी माझ्याकडं कुणाचं लक्ष जाईना. यज्ञ होईपर्यंत आपण एक फेरफटका मारून यावा, या हेतूने मी पुढं निघालो. जवळपास शंभर साधू झाडाला पाणी घालत होते. मी त्या साधूंच्या पाया पडलो, त्यांच्याशी बोलायला सुरुवात केली. त्यांच्या बोलण्यातून मी सर्व जुन्या रूढी-परंपरा ऐकत होतो.

मी ज्या आजोबांशी बोलत होतो, त्यांचं पूर्वीचं नाव विठ्ठलराव घुनर गुरुजी, आत्ताचं नाव आर्य मुनीजी. घुनर हे शिक्षक होते. सेवानिवृत्तीनंतर गुरुजींनी वानप्रस्थाश्रमामध्ये प्रवेश करीत पूर्णवेळ याच आश्रमामध्ये राहण्याचा निर्णय

घेतला. गुरुजींसारखे अनेक आजोबा तिथं होते. कुणाचं वय एकशे पाच आहे, तर कुणाचं एकशे दहा. प्रत्येकाने गुरुकुलमधील कामं वाटून घेतली आहेत. गुरुजींनी मला बाकी साधूंचीही ओळख करून दिली. घरची प्रचंड श्रीमंती आणि नात्याला बाजूला सारत ही मंडळी इथं अहोरात्र काम करतात. संस्कृती, कर्तव्य, जबाबदारी, पुढच्या पिढीला घडवण्याचं काम अशा कितीतरी भूमिकांत हे साधू होते. आर्य मुनीजी यांच्याबरोबर मी गोशालेत गेलो. गोशालेमधल्या गाई माझ्याकडं मोठ्या आशेने पाहत होत्या.

मी आर्य मुनीजींना विचारलं, या गाई अशा का पाहतात? आर्य मुनीजी गाईच्या पाठीवरून हात फिरवत म्हणाले, "काय सांगावं, आता गोमाता मुकी असली म्हणून काय झालं, तिलाही पोटाला पाहिजे तेव्हढं मिळालं पाहिजे ना? पूर्वी लोक मदत करायचे, आता ते फार कमी झालं. त्यात जी थोडीफार मदत मिळायची, तीही कोरोनापासून बंद झाली." मी बाजूला असलेल्या चाऱ्याच्या ढिगाऱ्यामधून थोडासा चारा काढणार, इतक्यात एक जण धावत आला आणि म्हणाला, "अहो नका टाकू चारा, एवढाच आहे. संध्याकाळी लागेल."

मी त्याला न जुमानता माझ्या हातातला चारा आर्य मुनीजी ज्या गाईच्या पाठीवरून हात फिरवत होते, त्या गाईसमोर टाकला. एका मिनिटात त्या गाईने तो चारा फस्त केला. ती गाय चारा खाताना आर्य मुनीजी यांच्या चेहऱ्यावरचा आनंद पाहून मी माझ्या लहानपणात गेलो. लहानपणी मला आई म्हणायची, "गाईला चारा खाऊ घाल, गाईच्या पाया पड, पुण्य लागेल." मीही आईने सांगितल्याप्रमाणे जेव्हा ते करायचो, तेव्हा आईला आनंद व्हायचा. तो आनंद मी आज आर्य मुनीजींच्या चेहऱ्यावर पाहत होतो.

त्या गुरुकुलाचे प्रमुख असणारे आचार्य सत्येंद्र यांची आर्य मुनीजींनी ओळख करून दिली. आर्य मुनीजींसह बाकी सर्व साधू आपापल्या कामाला लागले. आचार्य सत्येंद्र यांच्याशी बोलताना तिथं सुरू असलेलं काम मी त्यांच्याकडून ऐकत होतो. मी ज्या आचार्य सत्येंद्र आर्य यांच्याशी बोलत होतो, ते मराठवाड्यातील मूळचे उदगीरचे. आचार्य सत्येंद्र यांच्या घरात चार पिढ्यांपासून आर्य समाजाचं वातावरण होतं. लहानपणापासून आचार्य सत्येंद्र गुरुकुल पद्धतीत शिकले. आपलं आयुष्य सेवा, वेद, शास्त्र यासाठी द्यायचं असं त्यांनी ठरवलं. आचार्य सत्येंद्र यांच्या आई दमयंती खंदाडे दिल्लीमधल्या गुरुकुलमध्ये शिकल्या. त्यामुळे घरात गुरुकुलाचं वातावरण होतं. आचार्य सत्येंद्र

यांच्या पत्नी रेखा त्याच्याबरोबरच या गुरुकुलमध्ये शिक्षिका आहेत. आचार्य सत्येंद्र हे एक एक अनुभव मला सांगत होते. हे गुरुकुल लोकांच्या सहकार्यातून चालतं; पण सध्या मदत ठप्प झाल्यामुळे हे गुरुकुल, इथला वारसा पुढं चालवायचा कसा? राज्याच्या अनेक आंदोलनांत क्रांतिकारक उपक्रमांत आर्य समाजाचा सहभाग राहिला आहे. मराठवाडा मुक्तिसंग्रामात आर्य समाजाचं काम सर्वांना माहिती आहे. आर्य समाजाचं काम सर्वत्र जावं, या विचारांतून प्रा. सुग्रीव बळीराम काळे यांनी मोठ्या कष्टातून हे गुरुकुल, आश्रम उभा केला.

आता सुग्रीव यांचं या आश्रमात ब्रह्ममुनी असं नाव आहे. एक काळ असा होता, की इथं खूप मोठ्या प्रमाणात मुलं होती आणि गाईसुद्धा खूप होत्या; पण आता ते कमी होत आहे. त्याला आर्थिक पाठबळाचा अभाव हे मुख्य कारण आहे. गुरुकुल चालवायचं कसं, सर्व आचार्यांचे पगार द्यायचे कसे, असे एक नाही तर अनेक प्रश्न या इथं आहेत. महाराष्ट्र, मध्य प्रदेश, बिहार, दिल्ली, कर्नाटक या राज्यांतील मुलं इथं शिकत आहेत. अठ्ठावीस एकरांमध्ये सुंदर अशा टेकडीवर असणाऱ्या त्या गुरुकुलाच्या प्रत्येक झाडाला शंभरी पार केलेल्या साधूंनी डोक्यावरून पाणी नेऊन घातलं आणि त्या वाळवंटाचं नंदनवन केलं आहे.

आचार्य सत्येंद्र म्हणाले, "श्रीकृष्ण उज्जैनमध्ये शिकले होते, तसंच हे गुरुकुल आहे. महाराष्ट्र शालेय बोर्ड, महर्षी एम. डी. विद्यापीठ रोहटक, हरियानाच्या माध्यमातून इथं शिकवण्यात येणारी शिक्षणप्रणाली आहे. गीता, उपनिषद, वेद, रामायण, महाभारत, चाणक्यनीती, संस्कृत, हिंदी हे विषय इथं शिकवले जातात." आम्ही बोलत असताना दोन मुलं आचार्य यांच्या जवळ आली. त्यांनी हात जोडून पुढचं नियोजन काय आहे, हे आचार्य सत्येंद्र यांना सांगितलं. छोटी छोटी ती मुलं अंगावर पांढरा पंचा घालून प्रचंड नम्रपणे आमच्यासमोर उभी होती. असं वाटत होतं, मी चाणक्य मालिकेच्या सेटवर आहे. आचार्य सत्येंद्र यांनी त्या दोन्ही मुलांची मला ओळख करून दिली. निशांत रामचंद्र चौरसिया दिल्लीचा होता, दुसरा सृजल संभाजी यादगिरे उदगीरचा होता. त्या दोघांनाही वडील नाहीत. निशांत आणि सृजल यांच्याशी बोलताना त्यांच्यामध्ये असलेला कमालीचा आत्मविश्वास मला जाणवत होता. शास्त्रामध्ये त्या दोघांना काहीही विचारा, गीतेचे श्लोक पाठ, वेदांचा अर्थ विचारा, शास्त्र आणि संस्कृती या दोन्हींचाही मिलाफ करून या दोघांमध्येही तो अगदी ठासून भरला होता. वडील नसणाऱ्या या दोघांच्या डोक्यावर वडिलांची सावली देण्याचं

काम हे गुरुकुल करतं. या दोघांनीही आचार्य होऊनच संस्कृतीसाठी, आर्य समाजासाठी काम करायचं, हे ठरवलं आहे. सात वर्षांपासून हे दोघे जण इथं राहतात. वर्षांतून फक्त तीन दिवस गावी जायचं. या दोघांसारखीच अनेक मुलं त्या गुरुकुलाचा भाग होऊन काही तरी वेगळं करण्यासाठी बाहेर पडतात.

आपल्या राज्याच्या कानाकोपऱ्यांत असे चार-दोनच गुरुकुल असतील, जिथं शास्त्र, पुराण यांचा अभ्यास करून ते वैज्ञानिकदृष्ट्या आपल्या जीवनामध्ये कसं आणता येईल, याची शिकवण दिली जाते. यज्ञाचं वैज्ञानिक दृष्टिकोनातून असलेलं महत्त्व, खाद्यसंस्कृतीचं निसर्गाशी - आपल्या शरीराशी असलेलं नातं, असं एक नाही, तर अनेक स्वरूपाची शिकवण या पिढीला इथं देण्याचं काम मी डोळ्यांनी पाहत होतो. धर्मामधला कट्टरपणा, कोणाला तरी त्रास देण्याच्या दृष्टिकोनातून देण्यात येणारी शिकवण, याचा लवलेशही इथं नव्हता. माणुसकी जपली जाईल आणि त्या माणुसकीमधून चांगलं काहीतरी घडेल, हाच भाव या आश्रमामध्ये मला पाहायला मिळत होता. सगळ्या जाती-धर्मांचे लोक इथं गुण्यागोविंदानं नांदत होते. त्यांना फक्त एकच धर्म माहीत होता, तो म्हणजे माणुसकीचा. नयन कुमार माधवराव आचार्य, वीरेंद्र शास्त्री यांसारखी अनेक मंडळी इथं ध्येयाने पेटून काम करीत होती, त्यांच्याशी मी अनेक विषयांवर बोललो.

इथं काम करण्यासाठी जे काही यावं लागतं, ते आतमधून यावं लागतं, हे मला इथल्या प्रत्येकाला भेटल्यावर जाणवत होतं. मला करिअर करायचं आहे, मला पैसा मिळवायचा आहे, यासाठी इथं कोणी काम करत नव्हतं. इथं काम होतं ते पुढची पिढी घडवण्याचं आणि त्यामध्ये संस्कृती आणि संस्कार रुजविण्याचं, हे तिथं असणाऱ्या प्रत्येकाशी मी बोलत असताना मला जाणवत होतं. मी त्या गुरुकुलमधून निघालो. तिथं असणारी मुलं, आचार्य, शिक्षक मला सोडण्यासाठी बाहेर आले. मी निघालो. मनात अनेक विचार होते. देवपूजा, कर्मकांड, पुरोहित या पलीकडं जाऊन या आश्रमातून केले जाणारे संस्कार निश्चितच उत्तम पंडित निर्माण करणारे होते. आजकालचं शिक्षण आणि त्यातून निर्माण होणारी मुलं स्वतःसाठी, फार-फार तर आपल्या कुटुंबासाठी एवढ्यावरच थांबतात. आमच्याकडे शास्त्र, पुराण, वेद यांच्यामध्ये असलेला वैज्ञानिक दृष्टिकोन आम्ही आमच्यामध्ये घेणार आहोत की नाही? अनेक जण हिंदुत्वाचा बुरखा घालून शास्त्र, पुराण यांच्याकडं पाहतात, त्यांनाही मला सांगायचंय, एकदा जाऊन

परळीच्या त्या गुरुकुलाला भेट द्या. म्हणजे तुमच्या लक्षात येईल संस्कृतीचा, धर्माचा, माणुसकीचा विचार कसा केला जातो. शेवटी धर्म ही अफूची गोळी आहे आणि माणुसकी ही शाश्वत राहणारी गोष्ट. त्या माणुसकीसाठी आपण पुढं येऊ. अशा संस्था जगल्या पाहिजेत, वाढल्या पाहिजेत. संस्कारांच्या पलीकडचं काम जिथं जिथं चाललंय, त्या कामालाही बळ मिळालं पाहिजे.

■

१८.
माणुसकीच्या नात्याने...

गेल्या दोन वर्षांपासून आम्ही काही पत्रकार मित्र दोन राज्यांच्या सीमावर्ती भागात जातो. तिथं असणारे प्रश्न समजून घेतो. त्यावर त्या भागाला काही मदत करता येते का, यावर काम करतो. यावेळी आम्ही महाराष्ट्र आणि आंध्र प्रदेश सीमावर्ती भागात गेलो होतो. सीमावर्ती भागात ना कुणाला ओळख सांगायची, ना कुणाची ओळख काढायची. साधेपणाने राहायचं आणि सगळं शांतपणे समजून घ्यायचं, हे आमचं ठरलेलं होतं. आम्ही किनवटकडे जात असताना एक मोबाईल दवाखाना आम्हाला दिसला. ज्या गावात आम्हाला जाणं शक्य नव्हतं, त्या गावात व्हॅन आली होती. लोकांनी तपासणीसाठी रांगा लावल्या होत्या. आम्ही गाडी बाजूला लावली. गावात एक फेरफटका मारला. गावात चिंचेच्या झाडाखाली काही माणसं बसली होती. त्यांच्याशी मी बोलत होतो. ''तुमच्या गावात आलेली ही गाडी नेहमी येते का? ही कुणाची आहे? तुमच्याकडून पैसे आकारते का?'' ते आजोबा म्हणाले, ''काय सांगावं बाबा. काय करायचं त्या पैशाला? आमच्या गावापासून शहर गाठायला चार तास लागतात. रस्ता एवढा खराब आहे की, जाताना जीव 'शाबूत' राहील याचा अंदाज नाही. दवाखाना आता गावातच येतो, तिथं सगळं मिळतं, हे काय कमी आहे? हे डॉक्टर पैसेही नावालाच घेतात. आमचा आशीर्वाद लागेल यांना.''

ते आजोबा आणि त्यांच्या सोबतची सर्व मंडळी मला गावात आलेल्या आरोग्यसेवेबद्दल भरभरून बोलत होती. मी आणि माझे सर्व पत्रकार मित्र आता त्या व्हॅनमध्ये चालणाऱ्या दवाखान्याच्या जवळ आलो. त्या व्हॅनवर लिहिलं होतं, 'गॅलॅक्सी हेल्थकेअर फाउंडेशन चॅरिटेबल ट्रस्टद्वारा संचालित, एंडोस्कोपी

रुग्णालय.' इथं काम करणारी आठ लोकांची टीम होती. सर्वजण आपापल्या कामात व्यग्र होते. कुणालाही आमच्याकडे बघायला वेळ नव्हता. मी घड्याळाकडे आणि सोबत असणाऱ्या व्यक्तींच्या चेहऱ्याकडे पाहिलं. दोघांचा स्पीड सुसाट होती. मी त्या डॉक्टरकडे गेलो, त्यांना माझं नाव सांगत तुम्हाला बोलायचं आहे, अशी विनंती केली. माझं नाव ऐकताच जुनी ओळख असल्यासारखी डॉक्टरांच्या डोळ्यांत एकदम चमक दिसली. डोक्यावरची टोपी काढत डॉक्टर म्हणाले, ''मी आपलं नाव नयन बाराहाते यांच्याकडून खूप वेळा ऐकलं होतं.'' नयनदादाचं नाव काढताच मीही भावुक झालो. भानावर येत मी डॉक्टरांना म्हणालो, ''या आदिवासी आणि अत्यंत मागास भागात आपण ही सेवा सुरू केली, आम्हा सर्वांना खूप आनंद झाला.इथं सेवा सुरू करण्यामागे कारण काय?" याबरोबरच मी डॉक्टरांना अनेक प्रश्न विचारले.

मी ज्या डॉक्टरांशी बोलत होतो, त्यांचं नाव डॉ. नितीन जोशी. डॉक्टर पचनसंस्था विकारतज्ज्ञ सुपर स्पेशालिस्ट आहेत. डॉ. जोशी यांच्या नावावर अनेक वैद्यकीय रेकॉर्ड आहेत. समाजसेवेच्या व्रताने झपाटलेली माणसंच असं काम करू शकतात, हे माझ्या लक्षात आलं होतं. डॉ. जोशी हे लातूर जिल्ह्यामधल्या तळेगाव भोगेश्वर इथले. परदेशात तसंच हैदराबाद, मुंबई या ठिकाणी आरोग्यविषयक सेवा दिल्यावर डॉक्टर आता मराठवाड्यामध्ये स्थायिक झाले आहेत. ज्या गावांनी कधी दवाखान्याचं तोंडही पाहिलं नाही, अशा गावांमध्ये अत्याधुनिक उपकरणं घेऊन डॉक्टर गेल्या अनेक वर्षांपासून लोकसेवेचा वसा घेऊन काम करत आहेत.

डॉ. जोशी मला सांगत होते, ''डॉक्टर अब्दुल कलाम म्हणायचे, ज्या सुविधा शहरांमध्ये आहेत, त्या ग्रामीण भागातल्या शेवटच्या भागामध्ये गेल्या तेव्हाच समजायचं आम्ही सामाजिक परिपूर्णतेकडे पाऊल टाकत आहोत. माझे व्यवसाय बंधू असणारे अनेक डॉक्टर देवाला सोन्याचा मुकुट चढवतात. कुणी लंडनवारीला जातं. त्यांना त्यातून आनंद मिळतो. मला गावपातळीवर येऊन लोकांची सेवा करण्यात आनंद मिळतो. मी अनेकांना विनंती केली आहे, तुम्हाला 'पुण्याचं' काम करायचं असेल, तर आपण लोकांच्या आरोग्यावर काम करू या. या कामासाठी मला अनेकांची साथ मिळते. लोकांच्या मदतीने अजून चार लोकांना जास्तीची मदत करता येईल, त्यांचे आशीर्वाद घेता येतील.''

मी म्हणालो, ''सर, तुम्हाला ग्रामीण भागामध्ये आरोग्याच्या प्रश्नाला

घेऊन सर्वांत जास्त काय जाणवतं?'' डॉक्टर म्हणाले, ''कॅन्सरचं प्रमाण ग्रामीण भागामध्ये प्रचंड वाढलं आहे. दहा माणसं तपासली, तर त्यांमध्ये दोन माणसांना कॅन्सर आहे की काय, अशी भीती वाटू लागली आहे. कुठल्याही सरकारकडे कॅन्सरला घेऊन कुठलाही डेटा नाही. सरकारकडे कॅन्सरवर काय उपाययोजना कराव्यात त्याचं नियोजन नाही. आपली रोजची जीवनपद्धती, आहारामुळे आपोआपच कॅन्सरचा मुक्काम अनेक बहुसंख्य शरीरांमध्ये बळावतोय.''

आम्ही बोलत असताना एक आजी डॉक्टरांच्या जवळ आल्या. त्या डॉक्टरांच्या गालावर हात फिरवत म्हणाल्या, ''बाबा आता बरं झालं रे.'' डॉक्टर त्या आजीला म्हणाले, ''मी दिलेली औषधं घेतली का वेळेवर?'' आजी म्हणाल्या ''हो..!'' ''आशीर्वाद रे माझ्या राजा,'' असं म्हणत आजी पुढे गेल्या. आम्ही पुन्हा बोलत होतो. कॅन्सर, ग्रामीण भागातील आरोग्य, सामाजिक आणि सरकारची मानसिकता हे सगळे विषय डॉक्टरांशी बोलत असताना असं वाटत होतं, की त्यांच्याशी या विषयावर सारखं बोलतच राहावं. डॉक्टर म्हणाले, ''मी अनेक वेळा रुग्णांना तपासण्यासाठी माहूरला येतो; पण रेणुकामातेचं दर्शन घेत नाही. देवीचा आशीर्वाद मी एखादा रुग्ण वाचवला तर मला नक्की मिळेल, अशी माझी धारणा आहे. आता एक मोबाईल व्हॅन दवाखाना आहे, पुढे चार करायचे आहेत, तेव्हा कुठे अर्धं राज्य कव्हर होईल. दान करणाऱ्या व्यक्तीने इथं मनाचा मोठेपणा दाखवला पाहिजे. आता बसचा संप सुरू आहे. लोकांचे हाल सुरू आहेत. रुग्ण दवाखान्यापर्यंत येऊ शकत नाहीत. मी अर्धा वेळ दवाखान्यात राहतो आणि अर्धा वेळ उपचार करत गावकुसात. मी ज्या तळेगाव जिल्हा परिषदेच्या शाळेत शिकलो, तिथं मला पाचवीला असताना कळालं की गरिबी, रोगराई गावातल्या गरीब माणसाच्या पाचवीलाच पुजली आहे. तेव्हापासून मी ठरवलं होतं, आपण रोगराईवर मात करायची, तरच गरिबीवर आपोआप मात करता येईल.''

डॉ. जोशी यांच्या डोळ्यांतून सेवाभावाचं स्फूलिंग बाहेर पडत होतं. डॉ. जोशी यांनी माणुसकीच्या नात्यातून सुरू केलेलं काम प्रेरणा देणारं होतं. डॉ. जोशी यांना कडाडून मिठी मारून मी पुढच्या प्रवासाला लागलो. मी गाडीत बसल्यावर एकदम शांत होतो. बाळंतपणात अडलेल्या बायका, पोटात एक-एक किलोचा गोळा घेऊन काम करणारी माणसं. ग्रामीण भागातील आरोग्यसेवेचे अनेक धक्कादायक किस्से डॉ. जोशी यांनी मला सांगितले होते. माझे पत्रकार

मित्र डॉ. जोशी यांच्या कामाविषयी भरभरून बोलत होते. एका डॉक्टरने ठरवलं तर तो काय करू शकतो, हे डॉ. जोशी यांच्या कामावरून दिसत होतं. लोकांचे आशीर्वाद घेण्यासाठी तुम्हाआम्हा सर्वांना आता डॉ. जोशी बनण्याची वेळ आली आहे. ग्रामीण भागातल्या गरिबांसाठी, गरजूंसाठी आपल्याला पुढाकार घ्यावाच लागेल!

■

११.
परत दिलेलं माणूसपण

बुलडाणा येथील पत्रकार संघाच्या इमारतीच्या भूमिपूजनाचा कार्यक्रम आटोपून मी काही भेटीगाठींसाठी बुलडाणा परिसरात फिरत होतो. गोंधनखेड शिवार वरवंड भागात रस्त्याच्या एका बाजूला एका रांगेत विचित्र लोकांची कटिंग-दाढी करण्याचं काम एक तरुण करत होता. ते मी पाहिलं. अशी विचित्र दिसणारी एवढी माणसं कोण आहेत, ती इथं का आली असतील, असे प्रश्न मला पडले. मी गाडी बाजूला थांबवली. मी बारकाईने त्या सर्वांकडे पाहत होतो. कोण जोरात ओरडत होतं, कोणी मोठमोठ्याने हसत होतं, कोणी किंचाळत होतं, तर कोणी जोरजोराने डोकं खाजवत होतं... त्या माणसांच्या जवळ जाण्याची हिंमत होत नव्हती. तशात एक तरुण त्यांच्या हाताला धरून त्यांना खाली बसवत होता, पाणी पाजत होता, त्यांच्या पाठीवरून हात फिरवत होता व त्यांचे केस कापत होता. मला फार आश्चर्य वाटलं. मी आणि माझ्यासोबत असणारी काही पत्रकार मंडळी त्या माणसांच्या दिशेने चाललो होतो. त्या गेटमध्ये प्रवेश करताना 'दिव्या फाउंडेशन, बुलडाणा' असा फलक लागला होता.

माझ्यासोबत असणारे पत्रकार अनिल मस्के, अरुण जैन या दोन्ही पत्रकारांना या ट्रस्टच्या कामाविषयी बरीचशी माहिती होती, ती माहिती ते मला सांगत होते. आम्ही त्या केस कापणाऱ्या युवकापर्यंत जाऊन पोहोचलो. अरुण जैन यांनी त्या केस कापणाऱ्या युवकाशी माझा परिचय करून दिला. मी त्या युवकाशी बोलत होतो. एक दहा वर्षांची मुलगी त्या युवकाकडे पळत आली आणि त्याला म्हणाली, ''बाबा, माझी अभ्यासाला बसायची वेळ झाली आहे, माझे सगळ्यांना कपडे वाटून झालेत.'' मी त्या युवकाला विचारलं, ''ही मुलगी

कोण आहे?'' तो युवक म्हणाला, ''ही माझी मुलगी स्वराली आहे. माझ्या सगळ्या कामात ती हातभार लावत असते. तिला या कामात आवड आहे.'' त्या युवकाचं ते वाक्य ऐकून आम्ही सर्वजण आश्चर्याने भुवया उंचावत होतो. तो युवक, ती लहान मुलगी ज्या माणसांची सेवा करत होती, ती सर्व माणसं गंभीर स्वरूपाची मनोरुग्ण होती. त्यांची सेवा करणं तर सोडा, त्यांच्याजवळ जाण्याचीही हिंमत आपण करू शकत नव्हतो, तिथं ही माणसं त्यांची सेवा करीत होती. त्या युवकाशी आमच्या गप्पा झाल्या. तो सगळा प्रोजेक्ट त्यांनी आम्हाला फिरवून दाखवला. तिथं असणाऱ्या सर्व रुग्णांना, काम करणाऱ्या माणसांना आम्ही भेटलो. त्यांनी केलेला सर्व प्रवास, शेकडो जणांना 'परत दिलेलं माणूसपण' पाहून कोणालाही धक्का बसेल, असाच त्या युवकाच्या कामाचा सर्व प्रवास होता.

मी ज्या युवकाशी बोलत होतो, त्यांचं नाव अशोक काकडे. अशोक सात वर्षांपूर्वी सैलानीबाबांच्या यात्रेमध्ये गेले होते. तिथं त्यांना अनेक मनोरुग्ण भेटले. काहींना परिस्थितीने टाकून दिलं होतं, तर काही मानसिक रुग्ण बनून त्या भागात कसलाही कापडाचा तुकडा अंगावर नसताना फिरत होते. काही मनोरुग्णांशी बोलल्यावर अशोक यांच्या लक्षात आलं की, या रुग्णांवर योग्य ते उपचार केले, त्यांना आधार दिला, तर त्यांचं हरवलेलं माणूसपण त्यांना परत मिळू शकतं.

अशोक यांनी सुरुवातीला चिखलीमध्ये काही रुग्णांवर उपचार केले, त्यांतील अनेक रुग्णांना ते बरे झाल्यावर त्यांच्या घरी नेऊन सोडलं. कित्येक वर्षांनंतरच्या भेटीनंतर कुटुंबीयांना जो आनंद झाला होता, हा आनंद असाच डोळ्यांनी सतत पाहायचा, हीच आस उराशी बाळगून आता हेच काम पुढे करायचं, असं अशोक यांनी ठरवलं. अशोक सरकारी बँकेमध्ये मॅनेजर होते, त्यांनी ती नोकरी सोडून देऊन पूर्णवेळ या टाकून दिलेल्या, रस्त्यावर वेड्यासारखं फिरणाऱ्या मनोरुग्णांसाठी काम सुरू केलं.

अशोक यांच्या पत्नी पोलीस विभागात काम करतात. आपले यजमान असं काम करणार हे ऐकूनच आधी त्यांना वाईट वाटलं. अशोकची आई मंगला आणि वडील रामदास यांनाही आपला मुलगा या स्वरूपाचं काम करण्याचा निर्णय घेतो याचं वाईट वाटलं.

अशोक यांच्या पत्नी ज्योती मला सांगत होत्या, ''अनेक वर्षं आपल्या कुटुंबापासून वेगळं झालेली माणसं अशोकमुळे त्यांच्या कुटुंबीयांना भेटली; जी वेडी होती, ती बरी झाली. या चांगल्या कामासाठी अनेक जण भरभरून आशीर्वाद

देऊ लागले. हे सारं मी डोळ्यांनी पाहत होते. अशोकचं काम मला त्याच्या पदापेक्षा, नोकरीतून मिळणाऱ्या पैशांपेक्षा कितीतरी मोठं वाटत गेलं. तेव्हाच मी ठरवलं, अशोकच्या मागे खंबीरपणे उभं राहायचं.'' ''एखादा माणूस घरातून दहा वर्षांपासून बेपत्ता आहे, त्याची मुलं-बाळं वाऱ्यावर आहेत, अशा माणसाला त्याच्या नातेवाइकांसह माणूसपण मिळवून देणं, यापेक्षा मोठं काम कोणतं असू शकतं?'' अशोक यांची पत्नी ज्योती मला प्रतिप्रश्न करत होत्या. सुरुवातीला अशोक यांनी चिखलीमध्ये मनोरुग्णांच्या कामाला सुरुवात केली. मग बुलडाणा इथं त्यांनी छोट्या भाड्याच्या खोलीत काम सुरू केलं. पंचक्रोशीत आसपास सर्वदूर अशोक यांच्या कामाची माहिती पोहोचली, तेव्हा अनेक मनोरुग्णांना त्यांच्याकडे सोडण्याचं काम होऊ लागलं.

मनोरुग्णांची संख्या वाढत गेली, जागा कमी पडू लागली. आपला स्वतंत्र प्रोजेक्ट असला पाहिजे, निवारा असला पाहिजे, ही भावना अशोक यांच्या मनात आली. अशोक यांनी त्यांच्या पत्नीच्या पगारावर कर्ज घेतलं. आपल्या आईचं मंगळसूत्रही गहाण ठेवलं. त्यातून गोंधनखेड शिवारामध्ये या 'दिव्या फाउंडेशन'चं काम उभं राहिलं. हा प्रोजेक्ट सुरू झाल्यापासून देशातल्या कानाकोपऱ्यांमधून असणारे अनेक मनोरुग्ण पोलीस संस्था, सामाजिक कार्यकर्ते यांच्या माध्यमातून 'दिव्या फाउंडेशन'मध्ये येतात.

आम्ही जेव्हा काही मनोरुग्णांशी बोलत होतो, तेव्हा त्यांतला एक जण उठला आणि त्याने मला विचारलं, ''तुम्ही गोपीनाथराव मुंडे यांचे कार्यकर्ते आहात का?'' मला काही कळेचना. तो पुन्हा म्हणाला, ''गोपीनाथराव मुंडेंची माणसं आहात तर 'गोपीनाथराव अमर रहे' असं म्हणा ना..!'' मी अशोक यांना त्या प्रश्न विचारलेल्या तरुणाविषयी विचारलं, तेव्हा अशोक म्हणाले, ''हा अरुण जाधव, बीडचा आहे. अनेक वर्षांपासून इथं राहतो. त्याची ओळख पटल्यावर आम्ही त्यांच्या घरी त्याला नेऊन सोडण्याचा प्रयत्न केला; पण त्याला आई-वडील नाहीत, त्याच्या मोठ्या भावाने त्याला स्वीकारलं नाही. तो मुंडे साहेबांचा खास भक्त आहे.'' मागच्या सात वर्षांमध्ये आलेले अनेक अनुभव अशोक सांगत होते. नगरमधल्या सोयगावमधून जावेद पठाण नावाची व्यक्ती पंधरा वर्षांपासून बेपत्ता होती. जावेदच्या घरच्यांनी त्याच्या फोटोवर हार चढवला होता. जावेदला तो कुठून आला? तो कसा आला? हे सुरुवातीची दोन-तीन वर्षं काही कळालं नाही. मग त्याच्या तब्येतीमध्ये हळूहळू सुधारणा होत गेली. एक

दिवस त्याची हरवलेली स्मृती परत आली. अशोक स्वतः त्याला त्याच्या घरी घेऊन गेले. जावेदला पाहून त्याचे आई- वडील, जावेदची मुलं, बायको किती रडत होते, हा प्रसंग ऐकताना आमच्याही अंगावर काटा येत होता.

मी अशोक यांना म्हणालो, ''या सगळ्या माणसांना 'माणूसपण देताना' तुम्ही तुमचं आयुष्य विसरलात. तुम्ही तुमच्या कुटुंबाचा कधी विचार केलात का?'' त्यावर अशोक म्हणाले, ''मी आणि माझी पत्नी ज्योती, आम्ही दोघांनी ठरवलंय की, एका मुलीवर थांबायचं आणि आम्ही तसं केलंही.'' अशोकचा एक एक निर्णय काळजाचे ठोके चुकवणारा होता. मी त्यांचं सर्व शांतचित्ताने ऐकत होतो. मी जेव्हा जाण्यासाठी निघालो, तेव्हा स्वराली हिने स्वतः तयार केलेलं ग्रीटिंग मला दिलं. एका मोठ्या दवाखान्यात ती सगळ्या मनोरुग्णांना डॉक्टर होऊन तपासते आणि बाजूला अशोक आणि ज्योती उभे आहेत, हे तिने बनवलेलं ग्रीटिंग खूप विचार करायला लावणारं होतं. शेकडो माणसं वेडी आहेत, त्यांचं सर्व करायचं, उद्या चूल पेटेल का नाही, हे माहिती नाही... अशा अशोकच्या हिमतीला दाद द्यावी लागेल. तो हा सगळा गाडा ओढतो कसा, याचं उत्तर ना त्याच्याकडे होतं ना आमच्याकडे.

■

२०.

वारसा सेवेचा-संस्काराचा !

मुंबईवरून मी सोलापूरला निघालो. सिद्धेश्वर एक्सप्रेसमध्ये रिझर्व्हेशनच्या डब्यातही गर्दी होती. कल्याण गेल्यावर आजूबाजूला बसलेल्या माणसांचे चेहरे मला दिसायला लागले. माझ्या समोर बसलेल्या व्यक्तीनं फुटबॉल, बॅट-बॉल असं खेळण्याचं भरपूर साहित्य सोबत घेतलं होतं. मी अंदाज बांधला, या व्यक्तीचं खेळाच्या साहित्याचं दुकान असावं. मला खाली पाय सोडता येईना. माझ्या मनाची घालमेल झालेली पाहून ते गृहस्थ मला म्हणाले, ''माफ करा; माझ्या सामानामुळे तुम्हाला त्रास होतोय.'' त्या व्यक्तीच्या नम्र आवाजाने माझ्या चेहऱ्यावर एकदम चमक आली. तसं प्रवास करताना अशा नम्र व्यक्ती फार कमी भेटतात. मी त्या व्यक्तीला म्हणालो, ''नाही हो, ठीक आहे. तुमचं खेळाचं साहित्य विकण्याचा व्यवसाय दिसतोय! '' ते 'नाही' म्हणाले.

मी म्हणालो, 'मग हे एवढं सामान?' त्या व्यक्तीने मला सांगितलं, 'माझ्या शाळा आहेत आणि तिथं निवासी असणाऱ्या मुलांसाठी मी हे खेळाचं साहित्य नेत आहे.' आमच्या गप्पा सुरू झाल्या. सुरुवातीला मोजकंच बोलणारे ते गृहस्थ नंतर मात्र चांगलेच खुलले. मी जेवणाचा डबा आणला होता, तोही आम्ही खाल्ला. गप्पांमध्ये रात्रीचे दोन कधी वाजले हे कळलं नाही. मी ज्या व्यक्तीशी बोलत होतो, त्यांचं नाव सचिन मोहन चव्हाण. सचिन हे व्यवस्थापनशास्त्रामध्ये उच्चशिक्षित आहेत. बंगलोरमध्ये मोठ्या पदावर असणाऱ्या सचिन यांनी नोकरी सोडून समाजसेवेचा मार्ग स्वीकारला. त्यांचे आजोबा दलितमित्र चंद्राम चव्हाण यांनी उभ्या केलेल्या मागास समाज सेवा मंडळाच्या अनेक शाळा, कॉलेज ते चालवतात. या शाळेत शिकणारे हे सारे

विद्यार्थी मागास समाज, मागास भागातील आहेत.

तुकडोजी महाराज यांच्यासोबत अनेक महिने भारतभ्रमण केल्यावर सचिन यांचे आजोबा चंद्राम यांनी ज्येष्ठ नेते वसंतराव नाईक आणि ज्येष्ठ नेते शरद पवार यांच्या आग्रहाखातर १९५८ मध्ये सोलापूर आणि परिसरातील गरीब, गरजू, वंचित असणाऱ्या विद्यार्थ्यांसाठी शाळा सुरू केली. सुरुवातीला आठ विद्यार्थी होते, त्यांना आजीच स्वयंपाक करून घालायच्या. शिकवण्यासाठी शिक्षक भेटायचे नाहीत. समाज टिंगल-टवाळी करायचा. सचिन त्यांच्या आजी रुक्मिणी, आजोबा चंद्राम यांनी सांगितलेले अनेक किस्से मला रेल्वेत सांगत होते. ''पहिल्या आठमधल्या तुकडीचे जी. के. पवार हे आय.पी.एस. झाले, उर्वरित सात जण प्रोफेसर. आजी आणि आजोबा कमालीचे शिस्तबद्ध होते. आजोबांनी हळूहळू करत माझे वडील मोहन यांच्याकडे संस्थेचं काम सुपूर्त करायला सुरुवात केली. मी शिक्षणाच्या निमित्ताने आमच्याच आश्रमशाळेत शिक्षण घेऊन बाहेर गेलो. सुटीमध्ये मी जेव्हा घरी यायचो, तेव्हा आजोबा वसतिगृहात मुलांमध्येच असायचे. आमचा खूप मोठा परिवार, त्या सर्वांमध्ये आजोबांचा माझ्यावर फार जीव होता. आजोबा मरण पावले, त्याच्या काही दिवस अगोदर त्यांनी मला बंगलोरहून घरी बोलावलं. माझा हात हातामध्ये घेऊन ते म्हणाले, 'बाळा, ही आपली संस्था मी लहान मुलाप्रमाणे वाढवली.' तुकडोजी महाराज, वसंतराव नाईक यांनी मला ही संस्था म्हणजे समाजपरिवर्तनाचं प्रभावी माध्यम आहे, तू खूप कष्ट घे, असं सांगितलं होतं. मी ते केलंही. आता माझे निरोप घेण्याचे दिवस जवळ आले आहेत. या माझ्या संस्थेला आता तू सांभाळावं. तुझ्याकडे सेवाभावी दृष्टी आहे. आजोबा मला हे सर्व सांगताना, माझ्याकडे सर्व सुपूर्द करताना एकीकडे आजोबांची छाती अभिमानाने भरली होती आणि दुसरीकडे डोळेही भरले होते.''

सचिन माझ्याशी हे बोलताना भावुक झाले होते. मी त्यांचा हात माझ्या हातात धरत, "स्वतःला सावरा," अशी विनंती त्यांना केली. 'शुभ रात्री' म्हणत आम्ही एकमेकांचा झोपण्यासाठी निरोप घेतला. मी विचार करत होतो, आपला समाज सुधारला पाहिजे, यासाठी अनेक माणसं आयुष्यभर खस्ता खातात. बंजारा समाजासह वाडी, तांड्यावर राहणारा मोठा समाज आज

शिक्षणाच्या मुख्य प्रवाहात येऊ पाहतोय, त्याला चंद्राम, सचिन यांच्यासारखी माणसं कारणीभूत आहेत. मी सचिनकडे पाहत होतो, आपल्या आजोबांच्या आठवणींत बुडालेल्या सचिनची झोप उडाली होती. विचारात कधी झोप लागली कळालं नाही.

सकाळी सचिन यांचा आवाज आला. ते म्हणाले, ''चला आलं सोलापूर.'' आम्ही ट्रेनच्या बाहेर पाय ठेवला, तोच चार-पाच मुलं सचिन यांच्या दिशेने पळत आली. त्यांनी सचिन यांना मिठी मारली. त्या मुलांच्या सोबत असणाऱ्या माणसांनी ते सामान उचललं. सचिन म्हणाले, ''तुमचं सोलापूरला येणं फार कमी होतं. चला आमची संस्था बघायला.'' मीही सचिनला होकार दिला. सोलापूर स्टेशनपासून काही अंतरावर असलेल्या सलगर वस्तीमधल्या शाळेत आम्ही गेलो. आमच्या गाडीचा आवाज आला, तशी मुलं पळत आमच्याकडे आली. काही क्षणांत गाडीतलं खेळाचं साहित्य मुलांनी घेतलं. ते खेळायला ग्राउंडवर गेलेही. साधेपणाला आपलेपणाची झालर लागलेली असावी, अशी ती शाळा होती. आम्ही किचनमध्ये गेलो. स्वयंपाक करणाऱ्या एका महिलेची ओळख करून देताना सचिन म्हणाले, ''ही माझी आई निर्मला, माझी आजी रुक्मिणी यांचा वारसा चालवणारी अन्नपूर्णा.'' मी सचिन यांच्या आईच्या पायावर डोकं ठेवलं. माझ्या डोक्यावरून हात फिरवत आईने आपल्या कपाळावर नेऊन कडकड बोटं मोडली. ''बाप रे! किती प्रेम करतात ही माणसं,'' असा विचार माझ्या मनात आला. आम्ही शाळा फिरलो, ग्राउंडवर गेलो, ग्रंथालयात गेलो. शाळेच्या विद्यार्थ्यांनी आजपर्यंत मिळवलेलं सर्व प्रावीण्य मी पाहत होतो. इतक्या सकाळी आपल्या पोशाखात वर्गावर शिकवण्यात दंग असणारे शिक्षक भान हरपून शिकवत होते. आम्ही एका बिल्डिंगमधून दुसऱ्या बिल्डिंगमध्ये जात होतो. सचिन यांना फोन आला. सचिन फोनवर बोलायला बाजूला गेले.

झाडाखाली एक मुलगी महात्मा गांधींचं 'माझे सत्याचे प्रयोग' हे पुस्तक वाचत बसली होती. मी जवळ जाताच ती मुलगी सावरली. मी त्या मुलीला म्हणालो, ''अरे वा, तुम्ही गांधी वाचताय.'' तिने मान हालवून होकार दिला. ती बोलायला घाबरत होती. मी सचिन यांच्याकडे बोट दाखवत, मी त्यांचा मित्र आहे, असं सांगितल्यावर ती मुलगी बोलायला लागली. रूपाली कांबळे असं त्या मुलीचं नाव. आई-वडील नसलेल्या रूपालीला तिच्या मामाने

वाढवलं. रूपालीच्या सहा वर्षांनंतर तिला इथं वसतिगृहात प्रवेश दिला. तिला इथं दहा वर्षं झाली. रूपालीचं 'मेरिट' कधी हुकलं नाही. रोज किमान चार तास वाचन अशी सवय रूपालीला लागली होती. आपली लाल दिव्याची गाडी आपल्या वसतिगृहासमोर लावायची, असं स्वप्न रूपालीने उराशी बाळगलं आहे. सचिन आमच्याजवळ येताच रूपाली दादा म्हणत सचिनच्या पाया पडते. सचिन रूपालीबद्दल भरभरून बोलले आणि रूपाली सचिनबद्दल.

सकाळपासून मी जितक्या जणांना भेटलो, तो प्रत्येक जण मला भरभरून सकारात्मक बोलत होता. त्यांच्या बोलण्यात प्रचंड ऊर्जा होती. 'ही संस्था नाही, माझं घर आहे' हे रूपालीचं वाक्य माझ्या कानाभोवती घुमत होतं. मी ज्या-ज्या मुलांना भेटलो, त्या प्रत्येक मुलाच्या कुटुंबाला गरिबीची प्रचंड मोठी वाळवी लागली होती. कुणाला आई नाही, कुणाला बाबा नाहीत, कुणाला कुणीच नाही. कुणाच्या घरातून पहिल्यांदा कुणीतरी शाळेची पायरी चढली आहे, कुणाची सावत्र आई, असं चित्र. राठोड, चव्हाण, पाटील, देशमुख, जोशी आणि कुलकर्णीही अशा सर्व जाती-धर्मांची मुलं या संस्थेत शिकत होती. अवघं चव्हाण कुटुंब आजोबा चंद्राम यांचा सेवाभावी वारसा चालवण्यासाठी आपलं आयुष्य पणाला लावत होतं. नऊ आश्रमशाळा, अनेक कॉलेज, सैनिकी शाळा, असा खूप मोठा शैक्षणिक वटवृक्ष मागास समाजसेवा मंडळाचा झाला आहे.

आजोबा चंद्राम यांचा शिक्षणातून जपलेला सेवाभावाचा वारसा त्यांचे नातू सचिन चालवत आहेत. दर वर्षी किमान तीन हजार मुलं या संस्थेतून बाहेर पडतात आणि अभिमानाने, आपल्या हक्काच्या वारशाला पुढे नेतात. सचिन मला सांगत होते, ''महाराष्ट्र आश्रमशाळा संस्थाचालक संघाचा मी राज्य उपाध्यक्ष आहे. शासनाकडून मिळणाऱ्या पैशांमधून इथं काही होत नाही. थोडीही फी भरण्याची अवस्था पालकाची नसते. आपल्याला या गरीब, वंचित मुलांना वाऱ्यावर सोडून चालत नाही. आम्ही चार पैसे वाढवून मिळावेत, यासाठी खूप पत्रव्यवहार केला; पण या मुलांच्या भवितव्याकडे शासन गांभीर्याने पाहतच नाही. आम्ही आमचा लढा सुरूच ठेवला आहे. माझे आजोबा वरून या कामाकडे पाहत असतील, शाळेच्या विकासाकडे पाहत असतील, तेव्हा त्यांनाही मी चालवत असलेल्या वारशाचा नक्की अभिमान वाटत असेल.''

मी सचिन यांना कडाडून मिठी मारली. मी माझ्या प्रवासाला लागलो. सचिन मला गेटपर्यंत सोडायला आले. त्यांच्यासोबत मुलं, शिक्षकपण होते. प्रत्येकाच्या डोळ्यांत आपलेपणा होता. मला त्यांच्या डोळ्यांमध्ये चंद्राम आजोबा यांचे संस्कार दिसत होते.

■

२१.
प्रतिक्रांती रोखण्यासाठी...!

महिन्यातून एकदा तरी माझे नांदेडला जाणे होते. माझ्या 'ऑल इज वेल' या पुस्तकामुळे माझी आई एकदम सेलिब्रिटी झाली. 'ऑल इज वेल' पुस्तकामुळे आईला भेटण्यासाठी पाटनूरला अलीकडे अनेक जण येत असतात. पुण्यावरून राजू आणि मनोज हे माझे दोन मित्र आईला भेटण्यासाठी पाटनूरला येणार होते. मीही पाटनूरला पोहोचलो. मित्र आईला भेटून गेले. मला रमेश चिते दाजींचा फोन आला. म्हणाले, ''दाजी एका मित्राने सिडकोच्या जवळ शेतीमध्ये खूप छान प्रयोग केले आहेत. आपल्याला तिकडे जायचं आहे.'' मीही होकार दिला.

मी आणि गजानन मोरे नांदेड सिडकोच्या डॉ. बाबासाहेब आंबेडकर कॉर्नरला चिते दाजी यांची वाट पाहत बसलो होतो. गाडीतून माझं लक्ष सहज बाहेर लावलेल्या बोर्डकडे गेलं. बाहेरच्या बोर्डवर लिहिलं होतं, 'आंबेडकरवादी मिशन. आंबेडकर विचारातील संस्थात्मक चळवळ. युवकांनो, तुम्ही सहभागी व्हा, या देशाला सक्षम बनवा!'

मी माझ्यासोबत असणाऱ्या मोरे यांना विचारलं, ''आंबेडकरवादी मिशन काय आहे?'' मोरे म्हणाले, ''अहो, खूप मोठं काम आहे. बहुजन समाजातली, गरिबांची शेकडो मुलं दीपक कदम नावाच्या एका विचारवंत व्यक्तीने क्लास वन, क्लास टूमध्ये आणली. कुठलीही फी न घेता हे मिशन चालतं.'' आपण नांदेडचे असून आपल्याला एवढं मोठं काम माहिती नाही, याचं मला वाईट वाटलं. आम्ही दोघंही त्या मिशनच्या दिशेने निघालो. ते मिशनचं ऑफिस एखाद्या चळवळीचं केंद्र वाटत होतं.

ऑफिसमध्ये बाबासाहेब, शाहू महाराज, छत्रपती शिवाजी महाराज यांचे

वैचारिक कोट, चारी बाजूने पुस्तकंच पुस्तकं, ग्रंथालय, अभ्यासिका, मुला-मुलींची राहण्याची व्यवस्था... एकीकडे वर्ग सुरू होते. ते सारं मी बारकाईने पाहत होतो. मोरे यांनी काही मुलांशी माझी ओळख करून दिली. त्या मुलांशी मी बोलत होतो. त्यांनी दिलेली माहिती ऐकून मला आश्चर्य वाटत होतं. सर्व जाती-धर्मांची मुलं तिथं होती. कुणाला आई नाही, कुणाला वडील नाहीत, कुणाला कुणीच नाही, कुणाकडे प्रचंड गरिबीशिवाय काहीच नाही. अशा कित्येकांना या मिशनने एक वाट दाखवली आहे. अनेक जण इथं शिक्षण घेऊन आयपीएस, आयएएस होऊन लोकांच्या आयुष्यात आपल्या लाल दिव्याने प्रकाश टाकत आहेत. कार्यालयामध्ये असणाऱ्या व्यवस्थापक, विद्यार्थी या सर्वांशी बोलत-बोलत मी सर्व माहिती काढत होतो. रात्रीच्या जेवणाची लगबग सुरू होती. व्यवस्थापक सर्व मुलांना दबक्या आवाजात सांगत होते, ''आज जेवायला वरणभातच आहे.'' माझे कान त्यांच्या बोलण्याकडे होते.

'जिथं बाबासाहेब, शाहू महाराज यांचे विचार प्रत्यक्ष रुजवण्याचं काम होतं, तिथंही मदत मिळत नाही? बाप रे, किती ही समाजाची अनास्था!' मी विचारात गुंग झालो होतो. तितक्यात चिते दाजींचा मला फोन आला, तेही आले. चिते दाजी यांनी त्या मिशनचे प्रमुख असणारे कदम यांना फोन करून बोलावून घेतलं.

आम्ही कदम यांच्या ऑफिसमध्ये बसलो. हे मिशन सुरू करण्यापासून ते आतापर्यंतचा सर्व प्रवास मी कदम यांच्याकडून समजून घेतला. कदम हे ध्येयवेडे होते. ते तहसीलदार होते. आपल्या अवतीभोवती असणाऱ्या सामाजिक व्यवस्थेने त्यांना व्यथित केलं होतं. तहसीलदार असताना त्यांनी अनेक गरिबांची, बहुजनांची मुलं शिकवली, अनेक विद्यार्थ्यांना स्पर्धा परीक्षेची गोडी लावली. आपण हेच काम पूर्णवेळ करायचं, या भावनेतून कदम यांनी आपली नोकरी सोडून आंबेडकरवादी मिशनची सुरुवात करण्याचा निर्णय घेतला. आपल्या काही समविचारी मित्रांना घेऊन त्यांनी एक मीटिंग बोलावली. पुढे अनेक दिवस गेले; पण कुणी संस्था सुरू करण्यासाठी, निधी जमा करण्यासाठी पुढाकार घेईना. कदम यांनी धीर सोडला नाही. शेवटी निधीची व्यवस्था झालीच नाही. कदम यांची बहीण करुणा रामदास तारू यांनी आपल्याजवळ जे काही होतं ते विकलं आणि कदम यांना संस्थेसाठी जागा घेऊन दिली. २००१ मध्ये १ जानेवारीला आंबेडकरवादी मिशनची सुरुवात झाली. १ जानेवारीला महात्मा फुले यांनी

पहिली शाळा सुरू केली होती. भीमा कोरेगावचा विजय दिवस याच मुहूर्तावर सुरू झालेल्या या मिशनमध्ये सुरुवातीला दहा मुलं होती, आता तीनशे मुलांची बॅच महिनाभरात फुल्ल होते. विज्ञानवादी विचारांची कास धरून मिशनच्या कामामध्ये कदम यांनी पूर्णपणे स्वतःला वाहून घेतलं. लग्न केल्यामुळे कामात व्यत्यय येऊ शकतो, त्यामुळे कदम यांनी लग्नही केलं नाही.

कदम यांच्याशी चर्चा करीत असताना ते अनेक विषय माझ्यासमोर मांडत होते. नांदेडच्या मिशननंतर दिल्लीला दोन संस्था सुरू केल्या; पण कोरोनामुळे त्या दोन्ही शाखा बंद कराव्या लागल्या. चांगल्या कामासाठी लोक सढळ हाताने मदत करीत नाहीत. यशस्वी झालेले विद्यार्थी थोडीबहुत मदत करतात तेवढीच. मी कदम यांना बोलताना मध्येच थांबवलं. मी म्हणालो, ''आता रात्री जेवणाचीही व्यवस्था नाही, अशी स्थिती आहे का?'' कदम थोडे शांत होऊन म्हणाले, ''अशी स्थिती अनेक वेळा येते. आम्ही खचत नाही. दोन दिवसांत काही तरी मार्ग निघतोच. लोक अनाथाश्रम, मंदिर या ठिकाणी मोठी मदत करतात; पण जिथं साक्षात भविष्य निर्माण होणार आहे, तिथं मदत होत नाही.'' आम्ही बोलताना चिते दाजी मध्येच म्हणाले, 'बहुजन माणसाची ही मानसिकतासुद्धा आहे. एकदा एका ठिकाणी दान केल्यावर परत त्या ठिकाणी दान करत नाहीत.''

मी कदम यांना म्हणालो, ''तुम्हाला का वाटलं, की आपण अधिकारी घडवले पाहिजेत?'' कदम म्हणाले, ''प्रतिक्रांती रोखण्यासाठी क्रांतीचा मार्ग तयार करावा लागेलच. बाबासाहेब नेहमी म्हणायचे, 'बहुजन समाजाला शासनकर्ते जमात बनवा.' बाबासाहेबांचे हे विचार शिक्षणाच्या माध्यमातून घडतील. ८० टक्के समाजाची समस्या ही प्रशासकीय आहे. पेशवे कोण होते? अधिकारीच ना...! आमच्याकडे सातत्याने प्रतिक्रांती निर्माण करण्याची षड्यंत्रं आखली जातात. ही गरिबांची मुलं शिकली, तर क्रांतीची मशाल कायमपणे धगधगती ठेवतील.'' कदम बोलत असताना माझ्या अंगावर काटा येत होता. मराठा, बंजारा, कासार, आदिवासी, चांभार, कुंभार, बौद्ध अशा अठरापगड समाजातील बुद्धिमान युवकांसोबत कदम यांनी माझा संवाद करून दिला. मला दिसत होतं, ही मुलं माझ्या देशाचं भवितव्य होती. त्या मुलांचं कुणी नव्हतं. त्यांच्याकडे दोनच गोष्टी होत्या, एक त्यांची इच्छाशक्ती आणि दोन त्यांच्यासोबत सर्वांची भूमिका पार पाडणारे त्यांचे कदम सर. तिथं शिक्षण घेणारी अश्विनी गोरे मला सांगत होती, ''मला वडील नाहीत. मला आणि माझ्या भावाला इथं मोफत

प्रवेश मिळाला आहे. यश आता जास्त दूर नाही. इथं कुटुंब आणि यशासाठी आवश्यक असलेलं शिक्षण, या दोन्हींविषयीची जबाबदारी पार पाडली जाते.'' असे अनेक युवक मला आपल्या भावनिक कहाण्या सांगत होते.

आम्ही निघालो. मी कदम यांचा हात माझ्या हातामध्ये घेतला आणि म्हणालो, ''मला तुमच्या प्रत्येक विचारात डॉ. बाबासाहेब आंबेडकर यांच्या विचारांचा सुगंध दरवळताना दिसतोय. त्यांना मी प्रत्यक्ष पाहिलं नाही; पण त्यांचे काहीतरी अंश तुमच्यात असावेत.''

कदम म्हणाले, ''बाबासाहेबांच्या पायाची थोडीशी धूळ मला होता आलं, तरी मी माझं भाग्य समजेन.'' मी निघत असताना कदम यांनी मला बाबासाहेबांची एक छोटीशी प्रतिमा भेट दिली. ती प्रतिमा उराशी धरून मी त्या ठिकाणावरून बाहेर पडलो. आपल्या अवतीभोवती किती योगदान देणारी माणसं असतात, याचा मी विचार करीत होतो. तुम्ही-आम्ही सर्वांनी मिळून अशा माणसांना मदत केली पाहिजे. त्यांचं काम पुढे अविरत चाललं पाहिजे, यासाठी पुढाकार घेतला पाहिजे. 'बहुजन हिताय, बहुजन सुखाय'चा नारा देत, 'प्रतिक्रांती रोखण्यासाठी' कदम यांच्याप्रमाणे आपणही सज्ज होऊ या!

■

२२.
'आनंदवल्ली'च्या सावित्री

त्या दिवशी मी नाशिकला होतो. विद्याविलास पाठक सर, ज्यांनी मला पत्रकारितेचे धडे दिले, त्यांना भेटायला मी त्यांच्या घरी गेलो होतो. त्यांची भेट झाली. पुन्हा धारा भांड यांची भेट घेतली. त्यानंतर मी सातपुरा भागामध्ये माझा सहकारी गणेश जगदाळे याची वाट पाहत एका चहाच्या टपरीवर थांबलो होतो.

कपाळाला कुंकू नसलेली एक महिला व एक मुलगी अशा दोघीजणीच त्या चहाच्या टपरीवर काम करीत होत्या. भजी, जिलेबीच्या वासाचा घमघमाट सुटला होता. मी त्या टपरीच्या बाजूला असलेल्या रिकाम्या खुर्चीवर जाऊन बसलो. मी भजी आणि जिलेबी घेतली. काय कमालीची चव! ती चुणचुणीत, हसरी मुलगी वहीवर उधार खाणाऱ्यांची नोंद करीत होती. मी त्या महिलेला विचारलं, "ही तुमची नात फारच हुशार दिसते..."

आजी म्हणाली, "हो, ती हुशार आहे; पण ती माझी नात नाही, भाची आहे. माझ्या भावाची मुलगी आहे."

मी तिला लगेच म्हणालो, "तुमचे भाऊ काय करतात?"

ती म्हणाली, "भाऊ आणि वहिनी आता या जगात नाहीत, ते आजाराने वारले."

तिचं ते उत्तर ऐकून मी एकदम शांत झालो. हळूहळू गर्दी कमी झाली. त्या आजी आणि ती मुलगी दोघीजणी सगळं बंद करण्याच्या तयारीमध्ये होत्या. मी आजीला माझ्याशी बोलायची विनंती केली. त्या एकीकडं माझ्याशी बोलत

होत्या आणि दुसरीकडं टपरीवरचं सगळं सामान धुण्याचं काम करत होत्या. ती मुलगीही माझ्याशी बोलत होती.

मी ज्या आजींशी बोलत होतो त्यांचं नाव गयाबाई जोंधळे. मी ज्या मुलीशी बोलत होतो तिचं नाव कीर्ती गायकवाड. गयाबाई यांचा नवरा सतत दारू प्यायचा, त्यातच त्याचा मृत्यू झाला. कीर्तीलाही कुणीच नव्हतं. त्या दोघीच एकमेकींच्या साथीदार होत्या. आजी बोलता-बोलता कीर्तीजवळ आल्या. कीर्ती कढई घासत होती. कीर्तीला आलेला घाम आपल्या पदरानं पुसत तिची आत्या म्हणाली, "बघा हो, माझी लेक कशी काम करते! या वयात तिला किती सोसावं लागतं..." असं म्हणत कीर्तीची आत्या एकदम रडायला लागली. कीर्ती आपले हात धुऊन आत्याला जवळ घेत तिला सावरत होती.

मीही आत्याला म्हणालो, "तुम्ही शांत व्हा."

त्या टपरीवरची वही हातात घेत मी कीर्तीला म्हणालो, "तुझं हस्ताक्षर किती सुंदर आहे, तू कितव्या इयत्तेत आहेस?"

कीर्ती म्हणाली, "मी अकरावी सायन्सला आहे."

मी पुन्हा कीर्तीला म्हणालो, "या कामातून तुला वेळ कसा मिळतो आणि शिक्षणासाठी येणारा खर्च... त्याचं काय?"

कीर्ती म्हणाली, "काम करत-करत आत्याला आधार देत मी कॉलेजमध्ये जाते. राहिला खर्चाचा विषय... तर त्यासाठी कुंदा आणि वैशाली टीचर आहेत ना, त्या करतात माझ्या शिक्षणाचा खर्च."

मी पुन्हा कीर्तीला विचारलं, "कुंदा आणि वैशाली टीचर या कोण? तुझ्या शिक्षिका आहेत का?"

कीर्ती म्हणाली, "नाही. माझ्यासारख्या अनेक मुलींना शिक्षणासाठी दत्तक घेऊन त्यांचा खर्च त्या दोघी करतात. अनेकींना नोकरी, लग्नासाठी उभं करण्याची जबाबदारी त्यांनी पार पाडली आहे."

त्या दोघींबद्दल कीर्ती भरभरून बोलत होती. मला कुंदा आणि वैशाली या दोघी शिक्षिकांना भेटायची उत्सुकता लागली होती. कीर्तीकडून मी त्या दोघींचाही मोबाईल नंबर घेतला. ओझ्यानं जड असलेली ती चार चाकांची टपरी कीर्तीच्या आत्याला जागेवरून हलत नव्हती, हे माझ्याशी बोलत

असलेल्या कीर्तीच्या लक्षात आलं. तिनं आत्याला आधार दिला आणि मग दोघींच्या ताकदीनं त्या टपरीच्या चार पायांना गती मिळाली. कीर्तीनं मला 'निघते' म्हणत माझा निरोप घेतला. खूप दूर जाईपर्यंत कीर्तीचं लक्ष माझ्याकडं होतं. मी कुंदा यांना फोन केला. त्यांची वेळ मागितली. त्यांनी मला आपल्या घरी बोलावलं. मी त्यांच्या घरी जाईपर्यंत कुंदा यांनी वैशाली यांना बोलावून घेतलं होतं.

कुंदा, वैशाली, कुंदाचे पती किरण शिंदे, कुंदाची मुलगी काव्या आणि मुलगा कलश यांनी त्यांच्या घरी माझं स्वागत केलं. त्या दोघींशी मी गप्पा मारल्या. त्या गप्पांतून त्यांनी मुलींसाठी उभं केलेलं मोठं काम पुढं आलं.

मी ज्या कुंदा बच्छाव-शिंदे आणि वैशाली भामरे-ह्याळीज यांच्याशी बोलत होतो, त्या दोन्ही नाशिकमधल्या आनंदवली इथल्या महापालिकेच्या शाळा क्रमांक अठरामध्ये शिक्षिका आहेत. काही वर्षांपूर्वी या दोघींनी त्या शिकवत असलेल्या मनपाच्या शाळेत असणाऱ्या एका मुलीला शिक्षणासाठी मदत केली, त्यातून त्या मुलीच्या आयुष्याचं कल्याण झालं. मग त्यानंतर अशा अनेक मुलींना त्या दोघी जशी जमेल, तशी मदत करू लागल्या. त्यांचं काम आसपासच्या भागांमध्ये, शाळांमध्ये पोहोचलं. गरजू असणाऱ्या अनेक मुलींचे पालक, मुली त्यांच्याकडं मदत मागायला येऊ लागल्या. वह्या, पुस्तकं, दप्तर, शाळेची फी, प्रवेशासाठी मदत, गणवेश, स्पर्धा परीक्षा, नोकरीसाठी मदत आणि लग्नासाठीसुद्धा मदत... अशा अनेक प्रकारच्या कामांसाठी या दोघी जणी त्या भागामध्ये ओळखल्या जाऊ लागल्या. त्या जे काम करतात, त्यासाठी अनेक हात मदतीसाठी पुढं आले. मदतीमध्ये पारदर्शकता राहावी, सगळ्यांना सगळं कळावं, यासाठी त्या दोघींनी 'कर्मदान फाउंडेशन' नावाची संस्था स्थापन केली. आजघडीला सव्वाशे मुलींची जबाबदारी या दोघींनी शिक्षणापासून ते त्यांना आपल्या पायावर उभं करून देण्यासाठी उचलली आहे. त्या दोघींकडून मी तो सगळा प्रवास ऐकत होतो. या दोघींनी माहेरहून आणलेले दागिने गहाण ठेवून हे काम उभं केल्याचं त्यांच्याशी केलेल्या चर्चेमधून माझ्यासमोर आलं. त्या दोघींच्या जिद्दीला आणि मुलींचं आयुष्य घडवण्यासाठी घेतलेल्या पुढाकाराला सलामच केला पाहिजे.

मी घरात असताना कुंदा सात-आठ मुलींना शिकवत होत्या. मी कुंदा यांना विचारलं, "या मुली कोण आहेत?"

त्या म्हणाल्या, "बाजूच्या गल्लीमध्ये सगळी मजुरी करणारी मंडळी आहेत, त्यांच्या या मुली आहेत. यांतील बहुतांश जणांना आई-वडील नाहीत, अशा या मुली आहेत." मी त्या मुलींच्या वह्या पाहत होतो. सुंदर अक्षर, कुठलाही प्रश्न विचारा, त्या प्रश्नांची फाडफाड उत्तरं देणाऱ्या अशा त्या मुली होत्या. कुंदा आणि वैशाली या दोघींनी मिळून केलेलं ते सगळं काम मी त्यांच्या फोटो, बातम्यांमधून पाहत होतो. एका शिक्षिकेनं ठरवलं तर ती काय करू शकते आणि त्या शिक्षिकेला अजून एक शिक्षिका सोबतीला असेल, तर ते काम किती मोठं होऊ शकतं, याचं उदाहरण माझ्यासमोर होतं.

कुंदा यांच्या घरामध्ये एका मोठ्या पातेल्यात खिचडी शिजत होती. सगळी मुलं आणि घरातली माणसं एका पंगतीत जेवत होती. आम्हीही त्यांच्यासोबत जेवायला बसलो. कुंदा सांगत होत्या, "या मुलींचा क्लास झाला की, मी इथंच त्यांना जेवायला देते." मी म्हणालो, "तुम्ही वेळ देता हे ठीक आहे; पण इतक्या मुलींवर खर्च करता, हे कसं घडून येतं?" कुंदा म्हणाल्या, "आम्ही लोकांना मदतीसाठी आवाहन करतो. मदत उभी झाली, तर ठीक; नाहीतर पदरमोड करून आम्ही हे काम पुढं चालवतो."

वैशाली सांगत होत्या, "आज अशा अनेक मुली आहेत, ज्या शिक्षणामध्ये प्रचंड हुशार आहेत, पण त्यांना अनेक अडचणींना सामोरं जावं लागतं. अनेक चांगली माणसं एकत्रित आली, तर वर्षाकाठी शेकडो मुली शिक्षणाच्या प्रवाहातून समाजासाठी नक्की मोठं योगदान देतील. मुलीच का... तर सगळ्या अडचणी त्यांच्या पाचवीला पुजलेल्या असतात." मी त्या दोघींचं बोलणं, आत्मविश्वास बघून थक्क झालो.

कुंदा आणि वैशाली या दोघींचा निरोप घेत मी त्या घराच्या बाहेर पडलो. खिशामध्ये होते तेवढे पैसे त्या मुलांच्या हातात ठेवायचा प्रयत्न करत होतो; पण ती मुलं पैसे घेत नव्हती. मी कुंदा यांच्या हातात ते पैसे दिले. कुंदा घरात आतमध्ये गेल्या आणि त्यांनी त्या पैशांची पावती माझ्या हातामध्ये ठेवली. कुंदा आणि वैशाली या 'आनंदवल्ली'च्या दोन्ही सावित्रींना वंदन करून मी तिथून निघालो. मी विचार करत होतो, एका शिक्षिकेनं समाजाचं भलं करायचं

ठरवलं तर ती काय करू शकते? अशा शिक्षिका, शिक्षक पुढं आले, तर त्यांच्यामधील सावित्री, जोतिबा, सानेगुरुजी यांचे विचार पुढं नेतील. शिक्षकांचं मन केवळ हळवं, शिस्तप्रिय असून चालत नाही, तर त्यांनी चिरंतन टिकणाऱ्या कार्यासाठी वैयक्तिक योगदान देणं गरजेचं आहे, हेच मी कुंदा आणि वैशाली यांच्याकडून शिकलो.

■

२३.

आई-वडील गेल्यानंतर..!

'सकाळ'च्या 'यीन' या प्रोजेक्टच्या माध्यमातून राज्यात लाखो तरुणांचं नेटवर्क तयार झालंय. 'यीन'ने घडवलेल्या तरुणांचं जाळं सर्व राजकीय पक्षांतही पाहायला मिळतं. जळगावची दिव्या भोसले ही 'यीन'ने घडवलेली युवती सध्या राष्ट्रवादी युवतीचं काम करते. सकाळी दिव्याचा फोन आला. म्हणाली, "राष्ट्रवादी युवती नांदेडची अध्यक्ष प्रियांका कैवारे पाटील माझ्यासोबत आहे. तिला तुम्हाला भेटायचं आहे. ती तुमच्या नांदेडची आहे." मी दिव्याला म्हणालो, "मी मुंबईत नाही. मी नांदेडला आलोय." दिव्याने प्रियांकाला फोन दिला. प्रियांका म्हणाली, "तुम्ही किती दिवस आहात नांदेडला? मी आज निघते." मी म्हणालो, "मी आहे दोन दिवस. तुम्ही या नांदेडला, आपण भेटू."

दुसऱ्या दिवशी ठरलेल्या वेळेत मी प्रियांकाला फोन केला. प्रियांका म्हणाल्या, "मी जरा बाहेर आलेय. थोडा वेळ लागेल! चालेल ना?" मी म्हणालो, "नयन बाराहाते यांच्याकडे शिवाजीनगर भागात आहे. तुम्ही कोणत्या भागात आहात? म्हणजे आपल्याला भेटणे सहज शक्य होईल." त्या म्हणाल्या, "मी ब्रह्मपुरी चौफाळा या भागात आहे. कोरोनाच्या आजारात ज्या मुलामुलींचे आई-वडील वारलेत, अशा अनाथ झालेल्या अनेक मुला-मुलींना आधार देण्यासाठी 'राष्ट्रवादी जिवलग' या नावाने आम्ही राज्यभर मोहीम हाती घेतली आहे. त्याच निमिताने मी एका घरी आले आहे." प्रियांका तिकडून हे सारे बोलत असताना मला वाटलं, आपण या मुलामुलींना भेटले पाहिजे. मी प्रियांकांना म्हणालो, "मी तिथे आलो तर तुम्हाला आणि त्या मुलांना चालेल का?" प्रियांका म्हणाल्या, "हो. का नाही चालणार. मी तुम्हाला लोकेशन पाठवते, तुम्ही या."

मी माझे कौठा येथील मित्र सुनील काळे, विशाल शर्मा आम्ही तिघे ब्रह्मपुरीला 'त्या' घरी पोहोचलो.

प्रियांकाची माझी पहिली भेट, तरीही खूप जुनी ओळख असल्याचे दाखवत, त्या घरातल्या सर्व व्यक्तींना आमची ओळख करून दिली. 'त्या' घरात मी सगळीकडे नजर फिरवली, कुठेही नजर स्थिर करण्याचा प्रयत्न केला तरी माझी नजर समोर हार घातलेल्या फोटोकडे जात होती. त्या फोटोमधले 'ते' दोघेजण एकसारखे माझ्याकडे टक लावून बसले होते. काय माहीत, त्यांना मला काय सांगायचे होते. घरात तीन मुले, एक आजी आम्ही घरी गेल्यावर शांत बसले होते. त्या शांततेची कोंडी फोडत प्रियांका म्हणाल्या, "ही वैष्णवी एमेकर, हिची बारावी झालीय. हा आकाश बी. ई. झालाय. हा अनिकेत बी. एस्सी. करतोय. या तिघांचे आई-वडील दमयंती आणि अनिल दोघेजण कोरोनाच्या महासाथीत वारले. अगोदर वडील गेले आणि पुन्हा सहा दिवसांनी आई गेली."

बाजूला तोंडाला पदर लावून बसलेली आजी हमसून हमसून रडत म्हणत होती, "देवाने काय न्याय केला आहे पाहा! माझ्यासारख्या म्हातारीला नेण्याऐवजी माझ्या मुलीला आणि जावयाला नेले. तिन्ही मुले परदेशी झाली हो!" बाजूला बसलेली वैष्णवी आजीची समजूत काढत होती. मी वैष्णवीला म्हणालो, "आजी तुमच्या आईच्या आई आहेत का?" वैष्णवी 'हो' म्हणाली. "माझी आजी श्यामल अंबादास रणवीरकर ही मूळची कंधारमध्ये असणाऱ्या बहाद्दरपुरा इथली. ती नगरपालिकेमध्ये सफाई कामगार होती. आई-बाबा गेल्यापासून आता आजी आमच्याकडेच असते." प्रियांका पाटील म्हणाली, "राज्यभरात आम्ही अशा कोरोनाच्या आघाताने निराधार झालेल्या मुलामुलींना आधार देण्यासाठी पुढाकार घेतला आहे. अशा आईवडील गेलेल्या मुलांना केंद्र सरकार दहा लाख आणि राज्य सरकार पाच लाख मदत करते." मी मध्येच म्हणालो, "यांना मदत मिळाली का?" प्रियांका म्हणाली, "नाही अजून. आम्ही प्रयत्न करतोय." प्रियांकाच्या बोलण्यावरून 'दप्तर दिरंगाई' किती मोठी आहे, हे लक्षात येत होते. मी वैष्णवीला मध्येच विचारले, "मग आता तुमचा उदरनिर्वाह चालतो कसा?" वैष्णवी म्हणाली, "दर महिन्याला आजीचे सात हजार रुपये पेन्शन येते, त्यात भागवणे सुरू आहे." मी म्हणालो, "घराचे ठीक आहे, पण शिक्षणाचे काय करताय?" त्यावर कोणीच काही बोलेना. मीही एकदम शांत झालो होतो. आता सगळेच नेस्तनाबूद झाले आहे, असे भाव आम्हा सर्वांच्या चेहऱ्यावर होते.

एमेकरसारखी अनेक कुटुंबे या कोरोनामुळे नेस्तनाबूद झाली आहेत. घरातला कमावता माणूस जेव्हा जातो, तेव्हा रोजच्या जीवनाची गती थांबून कुणी तरी आपले जगणे हिरावून घेतले आहे, असे वाटते. या महामारीचे संकट कोण्या एका-दुसऱ्यावर नाही आले, त्यामुळे माणुसकीचा ओलावा कुणाकुणाला द्यावा, असा प्रश्न आहेच. सरकार नावाची बाब तर पुराण बनून कोणत्या अडगळीला पडली आहे हे विचारू नका.

वैष्णवी मला सांगत होती, "बाबा विष्णुपुरी दवाखान्यात वरिष्ठ सहायक म्हणून काम करीत होते. बाबांच्या अंत्यसंस्काराला आईपण जाऊ शकली नाही. ती दवाखान्यात होती. मी बाबाजवळ रात्रभर होते. बाबा त्या रात्री रात्रभर माझ्याकडे पाहत होते, माझ्या डोक्यावरून हात फिरवत होते, खूप रडत होते. सकाळी मी त्यांना उठवायला गेले तर ते उठलेच नाहीत. बाबा रोज सकाळी मला चार वाजता अभ्यास करायला उठवायचे. माझ्यासोबत तेही वाचत बसायचे. मी डॉक्टर व्हावे असे बाबांचे स्वप्न होते. बाबा सावलीसारखे माझ्या मागे राहायचे. आता रोज सकाळी चार वाजता जाग आल्यावर आजूबाजूला रोज पाहते, मला माझे बाबा दिसत नाहीत," असे म्हणत वैष्णवी रडायला लागली. प्रियांका वैष्णवीची समजूत काढत होती. वैष्णवीचा भाऊ आकाश मला सांगत होता, "मला घरातली सर्व परिस्थिती पाहवत नाही, जे मिळेल ते काम करायला मी तयार आहे, पण काम मिळत नाही. अनुकंपाधारक म्हणून मला घ्यावे यासाठी मी बाबांच्या कार्यालयात अर्जही केला; मात्र तिथेही मला काही प्रतिसाद मिळेना. शासन जी आर्थिक मदत देणार आहे त्यात खूप अटी टाकल्या आहेत."

मी म्हणालो, "कुणी नातेवाईक मदत नाही करत का?" वैष्णवी म्हणाली, "छे! आम्ही जिवंत आहोत की नाही हे पाहायलादेखील कुणी आले नाही. आई-बाबा दवाखान्यात असताना आम्ही काही जणांकडून हातउसने पैसे घेतले होते. तेच 'द्या' म्हणून नेहमी मागणे असते. आहे त्या परिस्थितीला आम्ही तोंड देत आहोत, पण सर्व रुळावर आणणे आणि बाबांचे स्वप्न पूर्ण करणे यावरच आता माझे सर्व लक्ष आहे." मी म्हणालो, "तू नेमके सध्या काय करतेस?" ती म्हणाली, "बाबा जसे माझ्याकडून तेरा तास अभ्यास करून घ्यायचे, आता मी पंधरा तास अभ्यास करते, मला डॉक्टर व्हायचे आहे, माझ्या बाबांचे स्वप्न मला पूर्ण करायचे आहे." प्रियांका मधेमधे बोलताना वैष्णवीला प्रोत्साहित करीत होती.

आम्ही नयन बाराहाते यांच्याकडून निघताना माझ्यासोबत आलेले सुनील काळे आणि विशाल शर्मा हे दोघेजण एकदम चांगल्या मूडमध्ये होते, ते आता एकदम गंभीर मूडमध्ये गेले.

"चला, काही काळजी करू नका, आम्ही तुमच्यासोबत आहोत," असे म्हणत आम्ही तिथून निघालो. त्या घरातून बाहेर पडताना मन सुन्न झाले होते, माझे पाय 'त्या' एकाकी पडलेल्या माणसांना सोडून जाण्याची हिंमत करत नव्हते. भरलेल्या घरात सर्व काही ठीक सुरू असताना नियती 'त्या' दोघांना घेऊन जाते. 'ते' गेल्यावर घरातल्या अनेकांना जगणं नकोसं झालं आहे. समाज थोडा वेळ सहानुभूतीचा 'चकवा' दाखवतो. शासन लुळेपांगळे झाले आहे.

प्रियांकासारखी एक शक्ती या कुटुंबाच्या मागे आहे खरी, पण त्या शक्तीला कधी यश येईल काय माहीत! आपल्या राज्यात अशी अनेक एमेकर कुटुंबं आहेत, ते सर्व कुटुंब डोळ्यात तेल घालून सतत कुणाच्या तरी मदतीची वाट पाहतात. कुणी तरी येईल, आपल्याला मदत करील, अशी आस त्यांच्या मनात आहे.

■

२४.
..आहे 'तर्पण' म्हणून..!

माझे काका प्रल्हाद होगे-पाटील यांनी सेवानिवृत्तीनंतर परभणी जिल्ह्यातल्या झरी येथे त्यांच्या शेतीत खूप छान प्रयोग केले. ते प्रयोग पाहण्यासाठी मी झरीला गेलो होतो. झरीवरून परभणीला आलो. ट्रेनला खूप वेळ होता. मंगेश नावाचा माझा मित्र महिला व बालकल्याण विभागात आहे. मंगेशला भेटावं आणि पुढे मुंबईला निघावं, हा बेत मी केला. मंगेशच्या कार्यालयात गेलो. मंगेशची मिटिंग सुरू होती. त्याच्या कार्यालयात मी मंगेशची वाट पाहत बसलो. माझ्या बाजूला एक युवक बसला होता. तोही मंगेशला भेटायला आला होता. आमची ओळख झाली आणि गप्पाही सुरू झाल्या. तो युवक वेगळंच 'रसायन'. त्याच्या आयुष्याचा थक्क करणारा वेगळा इतिहास आहे.

मी ज्या युवकाशी बोलत होतो, त्याचं नाव नारायण दत्ता इंगळे. मुंबईच्या 'तर्पण' फाऊंडेशनचं परभणी आणि हिंगोली या दोन जिल्ह्यांसाठी नारायण काम पाहतो. 'तर्पण' फाऊंडेशनने अठरा वर्षं पूर्ण झालेल्या पाचशे पाच तरुणांना त्यांच्या पुढील आयुष्यात पूर्णपणे उभे करण्यासाठी पुढाकार घेतलाय. ती संख्या अजून वाढत आहे. जे 'तर्पण'मध्ये आहेत, ज्यांना 'तर्पण' ने काहीतरी दिलं, असे अनेक जण या संस्थेमध्ये काम करून आपले योगदान देतात. त्यामध्ये नारायण हासुद्धा एक आहे. 'तर्पण'ने जे केलं होतं, खरं तर ती सरकारची जबाबदारी म्हणता येईल. मला नारायणचा मागचा इतिहास जाणून घ्यायचा होता. नारायण यांचा मागील आठवीस वर्षांचा प्रवास मी हळूहळू नारायण यांच्याकडून समजून घेतला.

नारायणचे वडील लहानपणी वारले आणि आई टीबीने गेली. गावात साऱ्या जणांनी टीबी रुग्णाच्या घरचा म्हणून नारायणला झिडकारलं. या वातावरणात नारायणने बीड जिल्ह्यातलं जोडवाडी गाव सोडलं. तेव्हा घरी एक लहान भाऊ सहा वर्षांचा होता. कुठे रेल्वे स्टेशन, कुठे फुटपाथ, वाटेल तिथं, नारायण भीक मागून खायचा. पोलिसांनी परतूर रेल्वे स्टेशनवर नारायणला पकडून रिमांड होममध्ये टाकलं आणि तिथून नारायणच्या आयुष्यात चांगली किरणं पडायला लागली.

आपल्या आयुष्याची करुण कहाणी नारायण मला सांगत होता. आमचं बोलणं सुरू असताना मंगेश आला. तोही आमच्या गप्पांमध्ये सहभागी झाला. नारायण पुढे सांगू लागला, "माझ्या भावाला थोडं कळायला लागलं आणि त्यानंही गाव सोडलं. जमेल तिथं, जमेल तसं, भावांनी दिवस काढले. तब्बल २२ वर्षांनंतर तो मला भेटला. त्याला मी जेव्हा पहिल्यांदा मिठी मारली, तेव्हा आम्ही दोघंही खूप रडत होतो. ज्याला हातावर घेऊन वाढवलं तो त्या दिवशी माझ्या बरोबरीचा वाटत होता. माझ्यावर समाजातल्या त्या प्रत्येक घटकाने आपल्या सोईने वाटेल तसे शिक्के मारले. ते सर्व 'शिक्के' मला पुसून काढायचे होते. त्यासाठी मी खूप मेहनत केली. पुढे अभियांत्रिकीला प्रवेश घेताना मला जात आडवी आली. मलाच माहिती नाही मी कोणत्या जातीचा, प्रवेश घेताना जात सांगू कशी? परभणीत मला ज्या महाविद्यालयात प्रवेश घ्यायचा होता. त्या प्राचार्य शरद शिंदे सर यांना माझ्या मेहनतीवर विश्वास होता. त्यांनी सर्व बाजूंनी खिंड लढवली आणि अनाथ प्रमाणपत्रावर मला प्रवेश दिला. अभियंता झाल्यावर मी नाशिकच्या सातपूर भागात पवार इलेक्टो सिस्टीम येथे साहाय्यक अभियंता या पदावर सहा महिने काम केलं. माझं मन त्या कामात लागेना. 'एमपीएससी'ची परीक्षा मला द्यायची होती, त्याला वेळ मिळायचा नाही. मी नाशिकचा जॉब सोडला. पुण्यात मित्राकडे राहिलो, छोटी- छोटी कामं करत 'एमपीएससी'चा अभ्यास करायला लागलो. अनाथासाठी एक टक्का आरक्षण होते, त्यात फॉर्म भरला, प्रचंड अभ्यास केला आणि 'एमपीएससी' पास झालो. कधी चहाची टपरी टाकली, कधी पेपर वाटले."

घरून बाहेर पडल्यापासून ते 'एमपीएससी'च्या माध्यमातून अधिकारी होईपर्यंतचा थरारक प्रवास नारायण मला सांगत होता. तो मी आणि मंगेश आम्ही दोघेही शांतपणे ऐकत होतो.

मंगेशचा निरोप घेऊन आम्ही दोघेही मुंबईत जाणाऱ्या रेल्वे गाडीत बसलो. टीसीच्या मदतीने दोघांची जागा जवळजवळ घेतली. 'तर्पण'चा प्रवास आणि 'तर्पण'ने सुरू केलेल्या सामाजिक कामाबाबत नारायण माझ्याशी भरभरून बोलत होता. नारायण बोलत असताना मध्ये-मध्ये 'आई-बाबा असे, आई-बाबा तसे' असा उल्लेख करायचा. मी नारायणला म्हणालो, "हे आई-बाबा कोण आहेत, ज्यांचा तू वारंवार उल्लेख करतोस." नारायण म्हणाला, "ज्यांनी 'तर्पण'च्या माध्यमातून शेकडो आनाथ मुलांचं पालकत्व स्वीकारलं. आम्ही सारी मुलं, श्रीकांत भारतीय आणि श्रेया भारतीय यांना आई-बाबा म्हणतो." मला आश्चर्य वाटलं. मी नारायणला म्हणालो, ''तर्पण' नेमकं काय करते?" नारायण म्हणाला, "ज्यांना कुणीही नाही असे अनाथ, ज्यांनी आयुष्याची अठरा वर्षं बालगृहात काढली अशी अनाथ मुलं, त्यांची जेवणे, राहणे, क्लास अशी सर्व व्यवस्था आणि त्यांच्या नोकरीसाठी प्रयत्न करण्याचं काम 'तर्पण' करत असते. जे अनाथ आहेत. माझ्यासारखे शेकडोजण 'तर्पण'ला पूर्णवेळ देत आहेत." 'तर्पण'ला घेऊन रात्री गप्पा मारत- मारत झोप कधी लागली कळलंच नाही.

सकाळी-सकाळी गाडी कल्याणच्या जवळजवळ आली होती. मी डोळे चोळत बाहेर पाहिलं तर खूप जोराचा पाऊस पडत होता. मी नारायणला म्हणालो, "मराठवाड्याचा माणूस आणि मराठवाड्याच्या माणसाचा आवाज मुंबईत वेळेत पोहचत नाही, हे आमचं दुर्दैव आहे." नारायणनेही माझ्या 'हो'ला दुजोरा दिला. दीड तास एका जागेवर आम्ही थांबलो आणि पुन्हा गाडी निघाली. सीएसटीला पोहोचेपर्यंत अकरा वाजायला आले. या प्रवासामध्ये 'तर्पण', अनाथांच्या समस्या, एमपीएससी करताना प्लान बी किती महत्त्वाचा आहे. असे अनेक विषय मी नारायणकडून समजून घेतले. सीएसटीवर उतरल्यावर आम्ही दोघंही 'तर्पण'च्या कार्यालयात पोहोचलो. 'तर्पण' सेतू सृजन हेतू असं कार्यालयाच्या बाहेर लिहिलं होतं. 'तर्पण'चे संस्थापक, एमडी श्रीकांत भारतीय यांची आणि माझी नारायणने ओळख करून दिली.

मी ओमप्रकाश शेट्टे सर, यांच्याकडून श्रीकांत यांच्याविषयी खूप ऐकलं होतं, पण भेट झाली नव्हती. आज पहिल्यांदा त्यांची भेट झाली. प्रचंड ऊर्जा, सतत सकारात्मकता, त्यांच्यात होती. अभिजित पवार सर यांची नेहमीची टॅगलाईन 'लोकांचे आशीर्वाद घेण्यासाठी काम करायचे' हा विचार रुजवण्यासाठी श्रीकांत यांचा जन्म झाला, असं त्यांच्या अनेक सुरू असलेल्या कामावरून

दिसत होतं. श्रीकांत म्हणाले, "'तर्पण' हा प्रोजेक्ट माझ्या आयुष्यातला खूप 'हळवा' कप्पा आहे. मला आजही आठवतं, देवेंद्र फडणवीस हे मुख्यमंत्री असताना अमृता नावाच्या एका अनाथ मुलीचा पात्र असूनही एमपीएससीला नंबर लागला नाही. मी अमृताला देवेंद्र फडणवीस यांच्याकडे घेऊन गेलो. अमृता प्रकरण खूप गंभीर होतं. देवेंद्रजी यांनी अनाथांचा पूर्ण विषय समजून घेऊन अनाथांसाठी एमपीएससीमध्ये तातडीने एक टक्का आरक्षण दिलं. नारायण त्या आरक्षणाचा पहिला लाभार्थी युवक. अमृताच्या विषयानंतर मी अनाथ या विषयावर खूप रिसर्च केले आणि त्यातून 'तर्पण' फाउंडेशन पुढे आले." श्रीकांत यांनी मन हेलावून सोडणारे अनेक विषय मला सांगितले. आज राज्यामध्ये सुरू असलेले 'तर्पण' येत्या काही दिवसांत देशातल्या प्रत्येक राज्यात भरारी घेणार होते.

'तर्पण'च्या सीईओ सारिका महोत्रा यांच्याकडूनही या अनाथ मुलांच्या संगोपनाबाबत मी विस्ताराने बोललो. सारिका म्हणाल्या, "या मुलांना थोडं बळ जरी दिलं तरी ही मुलं आकाशाला गवसणी घालतील एवढी ताकद या मुलांमध्ये आहे." श्रेया भारतीय म्हणाल्या, "ही मुलं जेव्हा मला आई म्हणून प्रेमाने हाक मारतात ना, तेव्हा मातृत्वाची श्रीमंती किती मोठी असते हे कळतं. हे काम करताना खूप समाधान मिळतं." तर्पण'चं काम करणाऱ्या सर्वांविषयी एका लेखात लिहिणं शक्य नव्हतं. मी 'तर्पण'च्या कार्यालयातून निघालो. 'तर्पण'मधून आज शेकडो अनाथांना आपले स्वप्न पूर्ण करण्यासाठी हत्तीचे बळ मिळाले आहे, हे निश्चित!

■

२५.

माजी सैनिक बनला आरोग्य चळवळीचा आधार

मी त्या दिवशी अंधेरी भागात होतो. अंधेरीत आल्यावर नयन बाराहाते दादा यांच्यासोबतच्या आठवणी जाग्या होतात. नयनदादा यांना घेऊन कोकिळाबेन हॉस्पिटलमध्ये चार महिने काढले. त्यामुळे त्या हॉस्पिटलमध्ये अनेक जण चांगले परिचयाचे झाले होते. त्या वेळी मला अनेकांनी मदत केली. मी अंधेरीला आलो, की त्या प्रत्येकाला भेटत असतो. त्या दिवशी मी योगेश पाटील यांच्यासह सर्वांना भेटून हॉस्पिटलच्या बाहेर पडणार तितक्यात सुरक्षा विभागाचा संतोष सावटे आवाज देत माझ्या जवळ आला. म्हणाला, ''नयन बाराहाते सर यांचे मला कळाले.'' आम्ही दोघेही काही न बोलता शांत झालो. थोड्या वेळाने अजून आमचे बोलणे सुरू झाले. अत्यंत उत्साही असलेला संतोष धापा टाकत बोलत होता. मी त्याला विचारले, ''काय झाले? तब्येत ठीक नाही का?'' त्यावर संतोष म्हणाला, ''माझ्या पोटाचं आणि किडनीचं ऑपरेशन झालं.'' मला एकदम धक्का बसला. संतोष म्हणाला, ''भीमेश भाऊ नसता तर वाचलो नसतो.'' मी म्हणालो, ''भीमेश मोठा भाऊ का तुझा?'' तो म्हणाला, ''नाही, लोकांचे जीव वाचवण्यासाठी एक मोठे सेवाभावी काम करणारा एक युवक आहे. आताच थोड्या वेळापूर्वी इथून गेला. भीमेशने आज येथे चार रुग्ण आणले. इथे तो नेहमी येतो, म्हणून त्याची ओळख झाली.'' भीमेशने अनेक जणांचे जीव कसे वाचवले हे संतोष सांगत होता. मी संतोषला म्हणालो, ''मला भीमेशला भेटायचे आहे.'' संतोष म्हणाला, ''का? कुणी पेशंट आहे का?'' मी म्हणालो, ''नाही, असं सहज भेटायचं आहे.'' संतोषने भीमेशला लगेच फोन लावला. भीमेशने तिकडून लगेच होकार दिला. आम्ही

निघणार तेवढ्यात ओमप्रकाश शेटेसर यांचा मला फोन आला. त्यांना मी सांगितले, मी अंधेरीमधल्या भीमेशकडे जातोय. मी भीमेशचे नाव काढताच शेटे सर म्हणाले, ''अहो, तो आपला पोरगा आहे. रोज शेकडो रुग्णांना मदत करतो. पुढची ५० वर्षे राज्याच्या आरोग्य विभागाच्या नाड्या भीमेशच्या हाती असतील.'' शेटे सरही भीमेश यांच्या कामाविषयी भरभरून बोलत होते. शेटे सर हे पाच वर्षे राज्याच्या आरोग्य विभागाचे काम पाहत होते.

आम्ही भीमेशच्या घरी पोचलो. छोटेसे घर, त्यात माणसेच माणसे. तिथे सर्व आरोग्यावरच चर्चा होत होती. प्रत्येकाचा प्रश्न अत्यंत गंभीर होता. कुणाच्या हार्टचे ऑपरेशन, कुणाची किडनी गेली, कुणाच्या मुलाच्या डोळ्यांचे ऑपरेशन. गर्दी कमी होईपर्यंत आम्ही बाजूला होतो. तितक्यात एक महिला रडत भीमेश यांच्याकडे धाव घेते आणि भीमेशला मिठी मारते. ''दादा तुमच्यामुळे माझा मुलगा वाचला, तुम्ही देव म्हणून धावून आलात.'' रडणाऱ्या बाईला शांत करत भीमेश आलेल्या इतर लोकांसाठी दवाखान्यात फोनवरून बोलू लागला. शासकीय योजनेतून रुग्णांना मदत करण्यासाठी दस्तऐवज तयार करण्याची सर्व कामे त्या ठिकाणी सुरू होती. भीमेशसोबत अनेक स्वयंसेवक त्या कामात कार्यमग्न होते. आतून एक महिला आली. ती सर्वांना चहा-नाश्ता देत होती. मी संतोषला विचारले,

''या काकू कोण आहेत?'' संतोष म्हणाला, ''भीमेशच्या आई आहेत.'' थोड्या वेळाने एक मुलगी पप्पा-पप्पा करत आली. मी संतोषला म्हणालो, ''ही भीमेशची मुलगी आहे का?'' संतोष म्हणाला, ''नाही, भीमेशचे अजून लग्न झाले नाही. ही भीमेशची मानसकन्या आहे.'' गर्दी संपली. भीमेश माझ्याजवळ आले. आमचे दोघांचे बोलणे सुरू झाले. किती विषय, विचारू नका. भीमेशने उभे केलेले काम, हजारो लोकांचे वाचवलेले जीव सर्व काही अजब होते. त्यांनी सांगितलेल्या सर्व घटनांच्या स्वतंत्रपणे अनेक कादंबऱ्या होतील असे भीमेशचे काम होते.

भीमेश नरसप्पा मुतुला मूळ गाव कर्नाटकमधील केश्वर, जिल्हा यादगीर. सध्या निवास सारीपुत नगर, अंधेरी, मुंबई. आईचे नाव चनम्मा. २०१५ मध्ये उच्च शिक्षण घेऊन भीमेश चेन्नई येथे नेव्हीमध्ये अधिकारी म्हणून रुजू झाले. काही वर्षांनी भीमेशचे वडील नरसप्पा हे कॅन्सरने गेले. तो भीमेशसाठी खूप मोठा धक्का होता. वडील गंभीर आजारामुळे गेले नाहीत, तर त्यांना वेळेत न

मिळालेल्या उपचारांमुळे, आर्थिक अडचणीमुळे गेले हे भीमेशच्या जिव्हारी लागले.

आपल्याकडे सर्व काही असूनही बाबा गेले, याचा भीमेशने खोलवर अभ्यास केला. रोज बाबांसारखे शेकडो लोक आपला प्राण गमावतात हे अभ्यासातून पुढे आल्यावर भीमेशला धक्का बसला. निरक्षरता, अंधश्रद्धा, गरिबी, महिलांना मिळणारी कमी दर्जाची वागणूक अशा अनेक कारणांमुळे लोक आजारातून दगावल्याची अनेक कारणे भीमेश यांनी सुरू केलेल्या अभ्यासातून पुढे आली. बॉर्डरवरच्या सेवेप्रमाणे लोकांचे प्राण वाचवणे हीसुद्धा एक मोठी सेवा आहे, आपण आता इथेच राहून काम करायचे, हा विचार मनात घेऊन भीमेशने आरोग्य क्षेत्रात आपले काम सुरू केले. भीमेशने महाराष्ट्र राज्य रुग्णसेवक व श्रमिक कामगार संघटनेच्या माध्यमातून अगोदर मुंबई, मग महाराष्ट्र, आता देशातील कानाकोपऱ्यांत काम सुरू केले. भीमेशने आपण करीत असलेल्या कामाने तरुणांना प्रचंड प्रेरित केले. आज देशाच्या कानाकोपऱ्यात जवळपास साडेचार हजार जणांची टीम भीमेशसह स्वयंसेवक म्हणून काम करत आहे. पूर्णवेळ कार्यकर्ता म्हणून तरुण हे काम आवडीने करतात. रोज भारतातून किमान अडीचशे ते तीनशे रुग्णांना सर्वार्थाने मदत करण्याचे काम भीमेश आणि त्यांच्या टीमकडून होते. केवळ रुग्णांना मदतच नाही, तर मागेल त्यांना, मागेल तिथे आरोग्य शिबिरे, ॲम्ब्युलन्स सेवा, असे अनेक उपक्रम सातत्याने भीमेशकडून सुरू असतात. एका तरुणाने ठरवले तर काय इतिहास घडू शकतो याचे भीमेश हे उत्तम उदाहरण होते.

मी मागच्या चार वर्षांत भीमेशने उभे केलेले काम फोटो अल्बममधून पाहत होतो. अंधेरीतून चार वर्षांपूर्वी सुरू केलेल्या एका छोट्या कामाचे रूपांतर एका मोठ्या चळवळीत होऊ शकते, हे भीमेशने दाखवून दिले आहे. हे काम ऐतिहासिकच म्हणावे लागेल. बाहेर हळूहळू माणसांची गर्दी वाढत होती. भीमेशच्या आईने आम्हाला अळूच्या वड्या खायला दिल्या. मी आईचे आशीर्वाद घेत त्यांना विचारले, ''आई, भीमेश जेव्हा नोकरी सोडून या कामाला लागले, तेव्हा तुम्ही त्यांना विरोध केला नाही का?'' आई म्हणाल्या, ''भीमेशने हाती घेतलेल्या प्रत्येक कामात माझा पाठिंबा असतो. तो स्वतःसाठी काहीही करत नाही हे मला माहिती आहे. त्यांनी ठरवले होते, अगोदर भारतमातेची सेवा करायची. वडिलांच्या निधनानंतर त्याला वाटले आपण अनेक आयांचा

आशीर्वाद घेण्यासाठी काम करायचे आणि त्याने काम सुरू केले. वडील गेल्यामुळे आपण पोरके झालो, पण अन्य कुणी असे पोरके होऊ नये म्हणून माझ्या लेकराने हे काम सुरू केले.'' भीमेशच्या बाबांची आठवण आल्यावर आई एकदम भावनिक झाल्या. आईंचे डोळे भरून आले. भीमेशने आईची समजूत काढली. आई म्हणते, "भीमेशच्या बाबांनी आयुष्यभर पै-पै जमा करून दोन रिकाम्या जागा घेतल्या होत्या. त्या जागा आपल्या कामासाठी भीमेशने विकल्या. तेव्हा मला जरा वाईट वाटले होते, पण आता रोज आशीर्वाद देण्यासाठी येणारे शेकडो लोक जेव्हा पाहते, तेव्हा लक्षात येते आपण किती श्रीमंत आहोत ते!"

मी भीमेशला म्हणालो, ''तुम्ही उदरनिर्वाहासाठी काय करता?'' भीमेश म्हणाला, ''गावाकडे माझ्या एका मित्राने कपड्याचे दुकान टाकले आहे. त्याला मुंबईमधून मी कपडे पुरवतो. महिन्याला जगण्याएवढे पैसे मिळतात. बाकी सुरू आहे. हे खरे आहे, की रोज असे अनेक गरीब-गरजू येतात, त्यांना मदतीसाठी आर्थिक चणचण भासतेच, पण मार्ग निघतोच. या कामासाठी अनेक जण मदतीसाठी पुढे आले पाहिजे.''

भीमेश त्या ऑपरेशन झालेल्या लहान मुलीला जेवण भरवत होते. मी विचारले, ''ही मुलगी कोण आहे?'' भीमेश म्हणाले, ''हिचे नाव ज्योती सिंह, तिचे आई-वडील बिहारचे कामगार. मूक-बधिर होती. तिच्या कानाच्या ऑपरेशनशिवाय तिला बोलता येणार नव्हते. गरिबीमुळे हताश झालेले आई-वडील काहीच करू शकत नव्हते. आम्ही सात लाख रुपये जमवून तिची वाचा तिला परत मिळवून दिली.''

भीमेशकडून त्यांनी केलेले काम एका दिवसात समजून घेणे शक्य नव्हते. मी भीमेशच्या घरातून बाहेर पडलो. बाहेर काळजीत असणारी अनेक माणसं भीमेशच्या घरात शिरली. भीमेशने आपल्या हिमतीवर ही चळवळ उभी केली आहे. तुम्ही-आम्ही सर्व जण अशा चळवळींचा भाग होऊ शकतो. ती व्यापक करू शकतो.

■

२६.
आई, बाई आणि 'ती'

ज्येष्ठ चित्रकार नयन बाराहाते यांचा मुक्काम मुंबईच्या कोकिलाबेन रुग्णालयातून दुसरीकडे हालवणं आता गरजेचं झालं होतं. नयन यांच्या प्रकृतीची विचारपूस करण्यासाठी काही दिवसांपूर्वी श्रीपाद जोशी, प्रज्ञा दया पवार, दत्ता भगत, अतुल पेठे यांचे फोन मला येऊन गेले.

''नयन यांच्या प्रकृतीची काळजी घ्या. आम्ही तुमच्याबरोबर आहोतच,'' असं या सगळ्यांनी सांगितलं.

नयन यांच्यावरील उपचारांसाठी पुढचा पर्याय काय याविषयी माझा शोध सुरू झाला. पॅरलाईज्ड् लोकांसाठी काम करणाऱ्या 'कम्युनिटी डेव्हलपमेंट ट्रस्ट'विषयी मी खूप ऐकून होतो. रेणुका कड या संस्थेचं काम पाहतात. रेणुका यांना भेटण्यासाठी मी औरंगाबादला चिखलठाण्याला त्यांच्या घरी गेलो.

रेणुका यांच्या आईनं - लीलाताईंनी - दरवाजा उघडला.

"रेणुका आहेत का?" मी विचारलं.

रेणुका काही कामानिमित्त बाहेर गेल्या होत्या. तितक्यातच त्यांच्या लीलाताईंचा मोबाईल वाजला.

फोनवर बोलून झाल्यावर त्या म्हणाल्या, ''ती येईलच एवढ्यात. तुम्ही बसा.''

मी बसलो. लीलाताईंनी प्यायला पाणी दिलं.

घरात भरपूर पुस्तक आणि पुरस्कारही दिसत होते. पुस्तकं आणि पुरस्कार या विषयानंच आमच्या गप्पांना सुरुवात झाली. रेणुका यांच्या कर्तृत्वाविषयी सांगताना लीलाताई भरभरून बोलत होत्या.

त्या म्हणाल्या, ''रेणुकानं आयुष्यभर माझ्यासाठी, अडचणीत सापडलेल्या कित्येक महिलांसाठी स्वतःचं आयुष्य पणाला लावलं. आपलं कर्तव्य पार पाडत असताना स्वतःचं आयुष्य, संसार यांचा तिनं कधीही विचार केला नाही.''

रेणुका आल्या. मी नयन यांचा विषय काढत रेणुकांच्या प्रवासाविषयीही त्यांच्याकडून जाणून घेतलं.

रेणुका यांना आलेली महिलांची काही पत्रं त्यांनी मला वाचायला दिली.

'ताई, माझा संसार वाचला...'

'रेणू, कुणीही सोबत नसताना केवळ तुझ्यामुळे मी उभा राहिलो...'

'तू होतीस म्हणून माझी आत्महत्या टळली...'

'माझ्या नवऱ्याचा जीव, रेणुकाताई, तुझ्यामुळे वाचला...'

अशा वेगवेगळ्या आशयांची ती पत्रं होती.

रेणुका समाजकार्यात तत्पर. उच्चशिक्षित.

'कम्युनिटी डेव्हलपमेंट ट्रस्ट', 'विकास अध्ययन केंद्र' या दोन संस्थांचं काम त्या पाहतात.

मीही अशाच एका कामासंदर्भात रेणुका यांना भेटायला आलो होतो.

आपल्या कामाविषयी सांगताना त्या म्हणाल्या, ''कम्युनिटी'च्या माध्यमातून गरिबांच्या आरोग्यासंदर्भात श्रीरामपूर, राहता, वैजापूर इथं काम चालतं. या सेंटरवर असंख्य सामाजिक कार्यकर्ते पूर्ण वेळ काम करतात. 'विकास'च्या माध्यमातून भारतात अनेक ठिकाणी काम सुरू आहे. गुजरातमध्ये मालिया, मियाना इथलं काम, तसंच मीनाबाजारसारखे उपक्रम 'विकास'चेच आहेत. उत्तर प्रदेशात प्रयागराज इथं कुंभमेळा भरतो, तिथं तृतीयपंथीयांविषयी खूप मोठं काम सुरू आहे. मराठवाड्यात 'एकल महिला फोरम'च्या माध्यमातून असंख्य महिलांना उभं करण्याचं काम झालं. ते काम अजून वाढत आहे.''

त्या पुढं म्हणाल्या, ''एका स्त्रीचा चहूकडून छळ होतो. पुरुष बेजबाबदार वागतात. स्त्रीनं कमावलेलं असतं, त्यातूनच व्यसनं करतात. बायकोवर संशय घेतात. मुलांची जबाबदारी स्वीकारत नाहीत.''

ही सगळी माहिती घेत असतानाच लीलाताईंनी गप्पांच्या ओघात काही कौटुंबिक माहितीही दिली. लीलाताईंचं माहेरचं आडनाव खोसे. माहेर पैठण.

सासर गोसेगाव. लहान वयातच त्याचं लग्न झालं. लीलाताईंच्या पतीचं एका घटनेत निधन झालं. मग थोरली रश्मी, रेणुका आणि भाऊ गणेश यांचं संगोपन लीलाताईंनी एकटीनंच केलं. रश्मी दुबईत दूतावासात,तर गणेश विद्यापीठात काम करतात.

मी रेणुका यांना सहज विचारलं, ''वडिलांच्या पश्चात झालेल्या तुमच्या आईच्या हाल-अपेष्टा, तुमच्याकडे रोज येणाऱ्या अनेक दुःखी महिला... हे सगळं पाहून तुम्ही लग्न न करण्याचा निर्णय घेतलात का?''

काहीशा गंभीर होत रेणुका म्हणाल्या, ''तसंही कदाचित असेल. मला पीडित महिलांसाठी खूप मोठं काम उभं करायचं होतं. आज मी देशभर फिरते. अनेक महिलांना उभं करते. अनेक विषयांचं संशोधन करते. रिसर्च करते. त्यांविषयीचे अहवाल सादर करते. सिंधुदुर्गमधला मच्छीमारवाद, राज्यात तृतीयपंथीयांच्या विकासकामासाठी मिळालेला सात कोटी रुपयांचा विकासनिधी, असे किती तरी विषय माझ्या रिसर्चमुळे मार्गी लागले. मी विवाहित असते तर हे विषय मला मार्गी लावता आलेच असते असं कशावरून?''

मुलीचं बोलणं लीलाताई कौतुकानं ऐकत होत्या.

रेणुका म्हणाल्या, ''आता कोरोनाच्या या काळात तर महिला आणि आरोग्य, सरकारदरबारी करून द्यायचं नियोजन याविषयीचं काम खूप वाढलं आहे. महिलांवरच्या अत्याचारांतही वाढ होत आहे. या काळातही सगळीकडचे दौरे करत, मी तीस वेगवेगळ्या सेंटरना प्रशिक्षण देण्याचं काम करते. तालुकापातळीवरचं नेटवर्क यानिमित्तानं विस्तारलं आहे.''

रेणुका आणि लीलाताई यांच्याशी भरपूर गप्पा झाल्या. जेवण झालं. आता मला निघायला हवं होतं. मी निघायची तयारी करू लागलो. लीलाताईंनी खास मराठवाड्याच्या चवीचे मेथीचे लाडू सोबत बांधून दिले. नयन बाराहाते यांच्यासंदर्भात पुढं काय करायचं हे मी समजून घेतलं. ते कसं करायचं हेही ठरलं.

रेणुका यांनी आपल्या आईसाठी, समाजात एकट्या असणाऱ्या, अडचणीत असणाऱ्या प्रत्येक महिलेसाठी जे काही उभं केलं आहे ते नक्कीच नोंद घेण्यासारखं आहे.निघताना मला लीलाताईंचं वाक्य आठवलं. त्या गप्पांच्या ओघात म्हणाल्या होत्या, ''समाजातल्या 'ती'साठी, म्हणजे

महिलांसाठी, रेणुका खूप काही करते. मात्र, तिला तिच्यातल्या 'ती'साठी फार काही करता आलं नाही.''

माझ्या मनात विचार आला... रेणुका एवढं काम उभं करू शकतात... त्यांचा हा आदर्श चार पुरुषांनीही घेतला तर?

■

२७.

माणुसकीसाठी आपुलकी

मी सोलापूरमधून सांगलीत आलो. सांगलीत सगळ्यांच्या भेटीगाठी झाल्यावर, माझा सांगलीचा सहकारी शैलेश पेठकर याच्यासोबत एका छोट्याशा टपरीवर लस्सी घेत आम्ही थांबलो होतो. समोर रस्त्यावर एका माणसाच्या मागे दोघे-तिघे धावत होते. त्या माणसाच्या अंगावर कपडे नव्हते. पाठीमागून येणाऱ्या माणसाने त्या वेड्या माणसाला पकडलं, ते त्याला कपडे घालायचा प्रयत्न करत होते. मी शैलेशला विचारलं, ''कोण आहेत ही माणसं?''

शैलेश म्हणाला, ''आमच्या शहरात मुस्तफा नावाचा एक तरुण आहे. त्याने शहरात, शहराच्या आसपास असणाऱ्या अनेक वेड्या माणसांना, भिकाऱ्यांना, बेघरांना एकत्रित केलं, त्यांचं पालकत्व स्वीकारलं.'' मुस्तफाबाबत शैलेश मला खूप काही सांगत होता. मी शैलेशला म्हणालो, ''आपण मुस्तफाला भेटू या.'' शैलेशने लगेच होकार दिला.

सांगलीच्या काँग्रेस भवनच्या भागातील सावली बेघर निवारा केंद्रामध्ये गेलो. आत प्रवेश करताना एक जण म्हणाला, ''मुझे पाकिस्तान जाने का है।'' दुसरा म्हणाला, ''मला दाऊदला जेलमध्ये टाकायचंय.'' जी माणसं भेटत होती, ती एक तर काहीच्या काही बोलायची, तर काही एकटक लावून आमच्याकडं बघायची. आम्ही आतमध्ये गेलो. एक व्यक्ती काहीतरी काम करत बसली होती. शैलेशने माझी त्या व्यक्तीशी ओळख करून दिली. ते मुस्तफा होते. अंगावर छोटीशी बंडी, लांब दाढी, बरमोडा, चेहऱ्यावर कमालीचं समाधान!

''नमस्कार, बसा. काय घेणार? चहा, कॉफी?'' असं बोलत त्यांनी

आमचं स्वागत केलं. बाहेर नजर जाईल तिकडं माणसंच माणसं दिसत होती. कोणाला अंघोळ घालण्याचं काम सुरू होतं, कोणी चहा घेत होतं, तर कोणाच्या जखमांवर औषध लावायचं काम सुरू होतं.

किचनमध्ये दुपारच्या जेवणाची लगबग सुरू होती. तिथल्या मावशी मुस्तफांजवळ येऊन म्हणाल्या, ''गरम गरम जेवायला वाढू का?'' मुस्तफा म्हणाले, ''हो, वाढा ना.'' आमच्या गप्पा सुरू होत्या. वनभोजनाला बसावं, तशी माणसं तिथं जेवायला बसली होती. तिथलं सगळं वातावरण बघितलं आणि लक्षात आलं, हे सगळं उभं करणं एवढं सोपं नाही. यासाठी प्रचंड झपाटून गेल्याशिवाय हे काम होत नाही, जे मुस्तफा यांनी करून दाखवलं होतं. गप्पांमधून मुस्तफांची सगळी कहाणी कळाली. तिथं असणाऱ्या अनेक लोकांशी बोलल्यावर मला कळालं, की खूप चांगली माणसं तिथं खितपत का पडलीत ते. अनेक जण बोलताना सांगत होते, ''आमची मुलं आम्हाला स्वीकारत नाहीत.'' मुस्तफांच्या कष्टातून त्या 'सावली'मधली सामाजिक सावली अजून गडद झाली होती.

मुस्तफा इलाही मुजावर सांगलीमधला एक कुख्यात गुंड म्हणून त्याला कधीकाळी सगळेजण घाबरायचे. आज त्यांच्या सामाजिक कामामुळे त्यांना भेटण्यासाठी लोकांची सतत ये-जा सुरू होती. ''गंभीर स्वरूपाचे गुन्हे माझ्यावर होते,'' असं मुस्तफा मला सांगत होते. कुठं-कुठं जेलमध्ये जावं लागलं, कसे मित्र होते, हे सारं मुस्तफा मला सांगत होते. अंगावर काटा आणणारी मुस्तफा यांची कहाणी ऐकून मन सुन्न झालं होतं.

मुस्तफा यांचे वडील इलाही मुजावर हे एक कामगार होते. आपल्या वडिलांना कामावर सोडण्यासाठी मुस्तफा वडिलांसोबत रस्त्याने जात होते. अर्ध्या रस्त्यात गेल्यावर मुस्तफांच्या वडिलांनी आपल्याजवळ असलेली भाकरी उघडली. त्या दोन भाकरींमधली एक भाकर आणि थोडीशी भाजी त्यांनी रस्त्याच्या कडेला असलेल्या भिकाऱ्याला दिली.

मुस्तफा यांनी वडिलांना विचारलं, ''तुम्ही अर्धपोटी उपाशी राहून भिकाऱ्याला का खाऊ घातलं?'' त्यावर वडिलांनी एकच उत्तर दिलं, ''ते तुला कळणार नाही.'' मुस्तफा जेव्हा-जेव्हा वडिलांना घेऊन जायचे, तेव्हा-तेव्हा वडिलांना भिकाऱ्याला अर्धा डबा देताना पाहायचे. मुस्तफांना ते छान वाटायचं.

२००९ मध्ये रस्त्याच्या कडेला पडलेल्या एका म्हातारीला पाहून मुस्तफांना फार वाईट वाटलं. तिच्या जखमांमध्ये किडे पडले होते. मुस्तफांनी तिला अंघोळ

घातली, तिला नवीन कपडे दिले, दवाखान्यामध्ये नेऊन तिच्या जखमांवर इलाज केला. ''हे काम केल्यावर त्या रात्री मी इतका निवांत, शांतपणे झोपलो, की असं वाटत होतं, जणू ती आजी डोक्यावर थापटवत मला झोपी घालते आहे. पहिल्यांदा सकाळी उठल्यावर प्रसन्न मनाच्या वेगळ्या भावना होत्या. आपण काही तरी केलं याचा अभिमान सातत्याने भरून येत होता.'' हे सारं मुस्तफा मला सांगत होते. ''आता हेच काम करायचं, असं मी ठरवलं आणि मी माझं काम मनपाच्या शाळेत सुरू केलं. तेव्हापासून आतापर्यंत रोज येणाऱ्या बेघरांची संख्या आणि जाणाऱ्यांची संख्या समसमान आहे.'' मी मुस्तफांशी बोलताना विचार करत होतो, मुस्तफांमधल्या 'वाल्या'ला हे कसं सुचलं असेल, आपण असंही काही काम सुरू करावं ते. आज मुस्तफांमधला वाल्मीकी इतका परिपक्व झालाय, की त्याने मानवतेचा झेंडा अटकेपार लावला आहे.

अनेक वेडी माणसं कित्येक वर्षांनंतर ठणठणीत होऊन, डॉक्टरांचा इलाज घेऊन घरी गेली. अनेक जण गंभीर आजारातून वाचून चांगलं आयुष्य जगू लागले. त्यांनी मुस्तफांना मुलगा मानलं आहे. तिथं काही चांगली, हुशार माणसंही होती, काही जण निवृत्त अधिकारीही होते, त्यांच्या मुलांना वडील नकोत. काही जण अजूनही आपल्या घराकडे टक लावून आहेत. त्यांना वाटतं, कोणीतरी येईल आणि घरी घेऊन जाईल. कित्येकांना आपण कोण आहोत, आपलं नाव काय, आपलं घर कुठे आहे, याचा काही पत्ता नाही. इलाज करूनही त्यांची स्मरणशक्ती काही परत आली नाही. मी त्या मुंबईच्या अधिकारी व्यक्तीशी बोलत होतो. ते सांगत होते, ''माझ्या मागे-पुढे कोणी नाही. आयुष्यभर लोकांचं चांगलं करत गेलो. डोक्यावर परिणाम झाल्यासारखं वाटायला लागलं. मुंबईहून सांगलीपर्यंत कसा आलो, माहीत नाही. सांगलीत कित्येक महिने फिरलो. फुटपाथवर झोपलो. एके दिवशी मुस्तफा आणि त्यांच्या माणसांनी मला इथं आणलं. माझ्यावर उपचार केले. आता मी कोण आहे, हे माझ्या लक्षात आलं. जिथं मला आयुष्य मिळालं, तिथल्या चांगल्या कामासाठी स्वतःला वाहून घ्यायचं मी ठरवलं,'' असं ते अधिकारी मला सांगत होते.

दुसरे एक काका म्हणाले, ''बारा-तेरा वर्षं घराच्या बाहेर पडलो. तिथं आल्यावर दोन वर्षं उपचार केल्यानंतर शुद्धीवर आलो. मी कोण होतो, हे मला कळालं. अनेक वेळा मुस्तफांनी माझ्या घरच्यांना निरोप पाठवला. 'तुम्ही आमच्यासाठी मेलात', असा मुलाचा निरोप आला.'' तिसरा एक जण अस्खलित

पंजाबीमध्ये बोलत सांगत होता, ''मुझे पाकिस्तान जाने का है, तिथं माझं घर आहे.'' पण कुठलं शहर, कुठलं गाव हे त्याला काहीही आठवत नव्हतं. तिथं असणारा प्रत्येक माणूस 'अजब' रसायन होता. बाहेर असताना अंगावर कपडे नव्हते, डोक्यावरील केस इतके वाढले होते, की माणूस आहे की पशू हे कळायला मार्ग नव्हता. मुस्तफांचे जुने अल्बम मी बघत होतो, तेव्हा अंगावर काटा येत होता. असं वाटत होतं, की ती किडे पडलेली माणसं, रक्तबंबाळ झालेली माणसं, आता एक माणूस म्हणून जगत आहेत. ज्यांना कळत होतं त्यांना किमान माणसात आलो, याचं समाधान वाटत होतं. ज्यांना काहीच माहीत नव्हतं, त्यांना माणसासारखं माणसात राहायला मिळत होतं, हे काय कमी नव्हतं.

मुस्तफा सांगत होते, ''मी लग्न केलं ते बायकोने सेवाभावी काम करावं लागेल या अटीवर. शिवराज्याभिषेकाच्या दिवशी मला मुलगी झाली. मी तिचं नाव 'जिजा' ठेवलं. माझ्या घरच्यांना, सगळ्यांना हे नाव खूप आवडलं. आता मी हे काम करताना माझे जुने, गुन्हेगारीशी संबंधित असलेले मित्र माझ्याकडे येतात, दोन दिवस राहतात, तेव्हा त्यांतील अनेकांचं मनपरिवर्तन होतं. कोरोना काळामध्ये इथल्या माणसांना सांभाळता-सांभाळता मला आईला वाचवता आलं नाही. तिची सावली, तिच्यातील चांगुलपणा, इथं माणूसपण मिळालेल्या प्रत्येक माणसामध्ये मला दिसतो.'' आईविषयी बोलताना भावुक झालेले मुस्तफा स्वतःला सावरतात आणि आमच्याशी बोलत-बोलत एका वेड्या माणसाच्या पट्ट्या बदलायला लागतात. मी मुस्तफांना म्हणालो, ''हे सगळं चालतं कसं?''

मुस्तफा म्हणाले, ''काही नाही हो. चालतं सगळं. माणुसकी अजून शिल्लक आहे.'' शैलेश मला सांगत होते, ''मुस्तफांकडे काहीही नव्हतं. त्यांनी सगळं विकलं. बायकोचे दागिनेसुद्धा ठेवले नाहीत. एवढ्या चांगल्या कामासाठी शासनाकडून रुपयाची मदत वेळेवर होत नाही.'' मुस्तफा शैलेशला मध्येच म्हणाले, ''जाऊ द्या.'' अशा वातावरणातही इतक्या उत्साहाने मुस्तफा काम करत होते, ही कमाल होती.

असं सर्व वातावरण डोळ्यांत साठवून मी निघालो. माणूसपणाचा सुगंध मुस्तफांच्या कर्तृत्वाला, मनाला चिकटला होता. मुस्तफांमध्ये असलेला 'वाल्या' केव्हाच मरून मुस्तफांच्या वडिलांच्या संस्कारातून एक नवा अंकुर उदयाला आला होता. शेकडो जणांना त्यांच्या घरापर्यंत नेऊन सोडणारा; शेकडो जणांना घरपण देणारा मुस्तफा आज सांगलीकरांचा निश्चितच अभिमान असणार.

आपल्या अवतीभोवती असे अनेक मुस्तफा असतील, ज्यांनी चांगलं काम करण्याचा चंग बांधला आहे. सामूहिक सहकार्यातून मुस्तफा सारख्यांच्या कामाला गती मिळणं सदृढ समाजाच्या दृष्टीने फार आवश्यक आहे.

■

२८.

नसानसांत झाडांचं प्रेम

माझे मित्र महेश धूमसेटवार यांच्याकडे वास्तुशांतीचा कार्यक्रम होता. त्या कार्यक्रमाच्या निमित्ताने मी पुण्यात होतो. तो कार्यक्रम आटोपला. पुण्यातल्या निगडी भागामध्ये काही लोकांशी भेटीगाठी केल्यावर मी त्या परिसरातून निघालो. रस्त्याच्या बाजूला ' ज्ञानप्रबोधिनी नवनगर विद्यालय, निगडी' असा बोर्ड लागला होता. बोर्डाच्या बाजूला अनेक लोकांची, गणवेशातल्या विद्यार्थ्यांची गडबड सुरू होती. ती मुलं, त्यांचे आई-वडील, पालक तिथं काही तरी करण्यामध्ये गुंतले होते. माझ्यासाठी हा कुतूहलाचा विषय होता.

मी गाडी एका बाजूला लावली आणि थेट त्या शाळेमध्ये शिरलो. ती शाळा उपक्रमशील शाळा दिसत होती. एक मुलगा आणि त्याचे वडील पिशवीमध्ये माती भरत होते. मी त्यांना विचारलं, ''तुम्ही हे काय करताय?'' त्यांनी सांगितलं, ''आम्ही पिशवीमध्ये माती भरून सोबत गोळा केलेल्या बिया त्यामध्ये लावणार आहोत. त्यांचं झाड होईल. आम्ही ते ठरवलेल्या ठिकाणी लावू.'' तो लहानगा मुलगा मध्येच म्हणाला, ''हे झाड माझं असणार आहे. हे मी लावणार आहे.'' मीही त्यांना माती भरण्यासाठी मदत करत होतो. गप्पांच्या ओघात हा उपक्रम शाळेने का सुरू केला, या उपक्रमामुळे माझ्या मुलाला झाडांची गोडी कशी लागली, हा उपक्रम, प्रत्येक शाळेत पर्यावरणाचे धडे, मिळणारे मार्क, पालकांचा सहभाग, असा उपक्रम या शाळेने राबवला होता. मी शोधत शोधत त्या शाळेचे मुख्याध्यापक मनोज देवळेकर यांना भेटलो.

त्यांनी मला उपक्रमाविषयी सांगितलं, ''अगोदर पालकांनी बिया जमा केल्या, मग झाडं लावली. हा सर्व प्रयोग आम्हाला बाळासाहेब पानसरे नावाच्या

झाडवेड्या व्यक्तीने करून दिला. आमच्या ध्यानीमनी नव्हतं; पण ते त्यांनी प्रत्यक्षामध्ये उतरवलं.'' देवळेकर सरांनी बोलण्याच्या ओघात पानसरे यांच्याकडून झाडांशी संबंधित केल्या जात असलेल्या विविध कामांविषयी भरभरून सांगितलं. झाडं लावण्याचे संस्कार विद्यार्थ्यांमध्ये कसे रुजवले जातील, हे देवळेकर सर मला सांगत होते. पानसरे यांचा पत्ता घेऊन मी त्यांच्याशी दूरध्वनीवरून बोललो. मी दुसऱ्या दिवशी पानसरे यांना भेटण्यासाठी नगर जिल्ह्यातील काष्टी या गावाकडे निघालो.

काष्टी गाव आलं. सरकारमान्य पानसरे नर्सरी असा मोठा फलक त्या नर्सरीकडे जाताना लागला होता. मी त्या नर्सरीमध्ये प्रवेश केल्यावर, मी महाराष्ट्रात आहे, असं मला वाटतच नव्हतं. जिकडे पाहावं तिकडे वेगळी झाडं. कधीही पाहिली नसतील, अशी झाडं दिसत होती. एक आजीबाई नर्सरीमध्ये काम करणाऱ्या कामगारांना कामाचं नियोजन लावून देत होत्या. प्रचंड फुलांचा सुगंध, मंद वाहणारा वारा आणि जिकडे पाहावं तिकडे हिरवीगार झाडं.

पानसरे नर्सरीच्या माध्यमातून अनेक सामाजिक उपक्रम राबवणारे बाळकृष्ण ऊर्फ बाळासाहेब लगबगीने माझ्या स्वागतासाठी आले. मी आणि पानसरे दोघेजण त्या नर्सरीचा फेरफटका मारत होतो. त्या आजीबाईंचं स्पष्ट बोलणं मधून-मधून माझ्या कानावर पडत होतं. मी बाळासाहेब पानसरे यांना विचारलं, 'ह्या आजीबाई कोण आहेत?' बाळासाहेब म्हणाले, ''इंदूबाई पानसरे. त्या माझ्या आई आहेत.' एवढी विकसित केलेली नर्सरी मी पहिल्यांदा पाहत होतो. बाळासाहेब यांचे आजोबा यशवंतराव, वडील धोंडिबा, आता बाळासाहेब, त्यांचे भाऊ संतोष, त्यानंतर संतोष, बाळासाहेब यांची मुलं राजवर्धन, श्रीवर्धन, हर्षवर्धन यांनीदेखील नर्सरीच्या कामामध्ये स्वतःला गुंतवून घेतलं. आता चौथी पिढी सक्षमपणे या नर्सरीत काम करते.

पानसरे कुटुंबीयांचा नर्सरी हा केवळ व्यवसाय नाही, तर नर्सरीच्या माध्यमातून सेवाभावी कार्याची अनेकांना सवय लावत निसर्गावर प्रचंड प्रेम करणं हा विडाच जणू पानसरे कुटुंबीयांनी उचलला आहे. रस्त्याच्या कडेला असलेली शेकडो वर्षांपूर्वीची झाडं तोडू द्यायची नाहीत, ती अत्याधुनिक तंत्रज्ञानाने मुळासकट वर काढून जिथं जागा आहे, तिथं नेऊन लावायची. गावोगावी तालुक्याच्या पातळीवर नर्सरी उभ्या करायच्या. शेकडो शाळांमध्ये दरवर्षी झाडं लावण्यासंदर्भातला उपक्रम हाती घ्यायचा. झाडांसाठी स्पर्धा आयोजित

करायच्या. मोफत झाडं देऊन गावंच्या गावं सावलीमय करायची. केवळ झाडं द्यायची नाही, तर ती झाडं वाचली पाहिजेत, वाढली पाहिजेत, यासाठी स्वतःची माणसं लावून पुढाकार घ्यायचा. शाळा-महाविद्यालयांत पर्यावरणासंदर्भातलं बाळकडू सतत वाटत राहायचं. झाडांसाठी प्रशिक्षण केंद्र अनेक ठिकाणी चालवायचं. नर्सरी उभारण्यासंदर्भात अनुदान देण्यापासून, झाड देण्यापासून ते नर्सरीसारख्या व्यवसायात शेकडो तरुणांना आणण्यासाठीचं काम पानसरे कुटुंबीयांनी हाती घेतलं.

पानसरे म्हणाले, ''नर्सरीतून होणारा नफा सत्तर टक्के निसर्गासाठी, तीस टक्के नफा हा सर्व गाडा चालविण्यासाठी आम्ही वापरतो. एक झाड एका माणसाएवढं काम करतं. एक झाड म्हणजे एक स्वतंत्र जीव असतो. आपल्याकडे टिश्यूस पेपर, टाकाऊ वस्तू, यासाठी सर्रासपणे उभ्या झाडांच्या कत्तली केल्या जातात. झाडं बिचारी मुकी, कोणाला काय बोलतील? शंभर झाडं तोडल्यावर कुठं तरी एक झाड लावायचा विचार आमच्याकडे होतोय. माझ्या आजोबांनी मला सांगितलं होतं, ''बाबा खूप शीक, मोठा हो; पण हा निसर्गावर प्रेम करायचा आपला व्यवसाय पोरका होऊ देऊ नकोस. तू निसर्गावर जितकं प्रेम करशील, तेव्हढंच निसर्गसुद्धा तुझ्यावर भरभरून प्रेम करेल.'' मी उच्च शिक्षण घेतलं. परदेशामध्ये सहज मला नोकरी मिळाली असती; पण आजोबांचा वारसा मला पुढे चालवायचा होता, त्यामुळे मी काष्टीमध्ये राहिलो. मी माझ्या मनाचं ऐकलं असतं, तर एका देशामध्ये जाऊन नोकरी केली असती. मी माझ्या आजोबांचं ऐकलं, आता मी अनेक देशात देशाचा तिरंगा हातात घेऊन फिरतो. माझ्या नर्सरीमध्ये तयार होणारा माल २२ देशांमध्ये जातो.'' समोर असणाऱ्या रांगेतल्या ट्रककडे बोट दाखवत पानसरे म्हणाले, ''हा जपानला जाणार आहे, हा जर्मनीला जाणार आहे, हा श्रीलंकेत जाणार आहे, हा अमेरिकेला जाणार आहे,'' असं पानसरे मला सांगत होते. मी अवाक होऊन ऐकत होतो. मला आठवलं, सयाजी शिंदे यांच्यासोबत रस्त्यावरची मोठमोठी झाडं वाचवण्यासाठी मोठं योगदान देणाऱ्या पानसरे यांच्याशी मी एकदा बोललो होतो.

पानसरे पुढच्या कामाविषयी मला सांगत होते. आमचा फेरफटका झाल्यावर आम्ही घरी आलो. घरातल्या सगळ्या कुटुंबीयांशी माझं बोलणं झालं. प्रत्येक जण झाडाच्या प्रेमाने झपाटलेला होता. नर्सरी त्यांच्यासाठी एक निमित्त होतं. त्यांचं झाडप्रेम हे नसानसांत भिनलं होतं. जिवंत असणाऱ्या हजारो झाडांना

जीवदान देणारं हे कुटुंब आणि नवनिर्मितीमध्ये लाखो झाडं जमिनीमध्ये टाकत ही धरती सावलीमय करू पाहणारं, अशीच महती या कुटुंबाची होती. मी निघताना बाळासाहेब पानसरे यांनी आपल्या आईचा हात हातामध्ये घेतला आणि म्हणाले की, ''आज माझ्या आईने एकसष्टी पार केली आहे, तरीही तिला गोळी आणि औषध माहीत नाही. आम्ही निसर्गावर भरभरून प्रेम करतो. म्हणून निसर्गही आम्हाला भरभरून देतो.'' पानसरेंच्या आईने पानसरे यांच्या पाठीवरून हात फिरवत शाबासकी दिली.

माझ्या मनात एकच विचार होता, धोंडिबा नावाच्या एका व्यक्तीने वृक्षसंवर्धनाचा एक विचार त्या नर्सरीच्या रूपाने पेरला होता. त्या विचाराला त्या कुटुंबामध्ये इतक्या फांद्या फुटत गेल्या की, त्या माध्यमातून जिकडं-तिकडं वृक्षसंवर्धनाचं जंगल उभं राहिलं. हजारो हात हे काम करण्यासाठी पुढे आले. आपल्या आसपास जर असं पानसरे कुटुंब असतं, तर किती छान झालं असतं, असं वाटणं अगदी साहजिकच आहे. आपणही अशी व्यक्ती, असं कुटुंब निश्चित बनवू शकतो, अशा कुटुंबीयांना मदतही करू शकतो.

■

२१.

हृदयातल्या हिरव्या स्वप्नाची सावली

औरंगाबादला यिनच्या 'चला घडू देशासाठी' या उन्हाळी शिबिराच्या पूर्वतयारीची बैठक आटोपून मी कोल्हापूरकडे निघालो. आता मराठवाड्यातल्या रस्त्याची वाईट अवस्था हळूहळू चांगलं रूप धारण करू लागली आहे. गंगाखेडच्या जवळ आलो नि माझा सारथी गणेश डावखरने एकदम गाडीचे ब्रेक दाबले. पुढे पहिलं, तर गाड्यांची एकदम रांगच्या रांग होती. बराच वेळ झाला, रस्ता काही सुरू होईना. पुढे नेमकं काय झालंय, हे कुणालाही कळेना. मी गाडीच्या खाली उतरत पुढं चालायला लागलो. एक झाड कापण्याचं मशीन वडाच्या झाडाला कापण्यासाठी तयार होतं. एक व्यक्ती त्याच वडाच्या झाडाला मिठी मारून उभी होती. लोक जमले होते, काय घडतंय अजून काही कळेना. मी अजून पुढे गेलो, तर मला एकदम धक्का बसला. चित्रपट अभिनेते सयाजी शिंदे त्याच वडाच्या झाडाला मिठी मारून, हे झाड मी कापू देणार नाही असा आग्रह धरत होते. दोन्ही बाजूंनी मोठ्या रस्त्याचं काम सुरू होतं. अगदी एक गाडी जाईल एवढा रस्ता. आजूबाजूने गाडी नेता येणार नाही अशी अवस्था. झाड कापणारी माणसं सयाजी यांना सांगत होती, ''अहो, आम्हाला हे झाड कापायला सांगितलं आहे. आम्ही काय करायचं?'' झाड कापणारे म्हणत होते, ''आम्ही कापतोच''; तर सयाजी म्हणत होते, ''मी कापू देणार नाही''. अशी वादावादी तिथं सुरू झाली. बरीच माणसं गोळा झाल्यावर सयाजी यांनी त्या झाडाची मिठी सोडली. मागे वळून सयाजी यांनी पहिलं तर वाहनांची मोठी रांग त्यांना दिसली. त्यांनी त्यांच्या चालकाला गाडी 'पुढे घे', असं रागात सांगितलं.

काही वेळाने वाहतूक सुरळीत झाली. सयाजी आणि झाड कापणाऱ्यांची कुणाकुणाशी फोनाफोनी सुरू होती. सयाजी पुन्हा-पुन्हा त्या झाडाजवळ जात होते, त्या झाडाला मिठी मारत भावुक होत होते. ते सगळं वातावरण मी माझ्या मनाच्या कप्प्यात अगदी तल्लीन होऊन साठवून ठेवत होतो. एका झाडाविषयी एखादा माणूस इतका भावनिक होतो, हे मी कधीही पहिलं नव्हतं. चिपको आंदोलन मला आठवलं. बऱ्याच वेळाने पोलीस, वन विभाग, बांधकाम विभागाची माणसं आपल्या लवाजम्यासह तिथं आली. काही जण सयाजी यांना 'काय झालं' म्हणून विचारपूस करीत होते, तर काही जण सेल्फी काढण्याच्या तयारीत होते.

मराठवाड्यासह राज्यातील सर्व भागांत सध्या चार पदरी, आठ पदरी रस्त्यांची निर्मिती सुरू आहे. रस्त्यामुळे रस्त्याच्या कडेला असलेली झाडं तोडण्याचा सपाटा सुरू आहे. शेकडो वर्षांपूर्वीची वड, पिंपळ ही झाडं जिवानिशी जात आहेत. जितकी झाडं तोडली जात आहेत, त्या बदल्यात एखादं झाड कुणी लावलं तर नवल. सयाजी यांनी झाड तोडू देणार नाही या घेतलेल्या भूमिकेचा शेवट काय होतो, हे मला पाहायचं होतं. कुणी फोनवर, कुणी एकमेकांशी असं त्यांचं बोलणं सुरू होतं. अजून काही वेळाने एक गाडी आली. त्यांनी झाड कापणाऱ्या माणसांच्या मदतीने वडाच्या उघड्या पडलेल्या मोठ्या मुळांना बांधायला सुरुवात केली. आम्ही एका गाडीत बसलो. थोडं पुढे असलेल्या एका फार्म हाउसवर गाडी थांबली. झाड, झाडाचं महत्त्व, सयाजी यांचं झाडांशी असलेलं भावनिक नातं सयाजी मला सांगत होते. त्या तोडल्या जाणाऱ्या झाडाबाबत सयाजी यांच्या चेहऱ्यावरची काळजी आता दूर झाली होती. तिथं एक युवक सयाजी यांना भेटायला आला होता. त्या युवकाची आणि माझी ओळख सयाजी यांनी करून दिली. सयाजी मला सांगत होते, ''हा मंगेश दळवी. कुरुंदा, जिल्हा हिंगोली येथील आहे. मागच्या वेळी मला हा 'झाडं लावायची आहेत, तुम्ही गेस्ट म्हणून चला', असं निमंत्रण द्यायला आला होता. मी तेव्हा बिचाऱ्याला चांगलंच फटकारलं. मी त्याला म्हणालो होतो, 'चल जा येथून, फोटोसाठी तुम्ही असं करता. मी जर कार्यक्रमाला हवा असेन ना, तर अगोदर काही झाडं लाव, मग मला बोलवायला ये.' पठ्ठ्याने एकोणीस ते वीस हजार झाडं लावली.' मी मंगेशला विचारलं, ''झाडांविषयीचं हे प्रेम आलं कसं?'' तो म्हणाला, ''मी सयाजी सर यांच्यासोबत राज्यभरात अनेक

ठिकाणी झाडं लावण्याच्या मोहिमेमध्ये सहभागी होतो. आपल्या गावात, परिसरातही हे काम सुरू झालं पाहिजे, असं आम्ही ठरवलं. जर या उपक्रमात सयाजी असतील, तर अजून कामाला गती येईल, ही भावना मनात होती. टोकाईजवळ देवीचं मंदिर आहे. तिथं साठ एकर गायरानावर आम्ही पंधरा हजार झाडं लावली. अनेक लोक आले; कुणी जमीन दिली, कुणी पाणी, तर कुणी साहित्य दिलं.'' मंगेश, सयाजी सर दोघेही त्यांनी झाडांना घेऊन सुरू केलेलं काम मला सांगत होते. आमच्या गप्पा खूप रंगल्या. आता हे ठरलं, की गंगाखेडच्या त्या फार्म हाउसला रात्री मुक्काम करायचा आणि सयाजी यांच्यामधलं वृक्षप्रेम समजून घ्यायचंच.

जसजशी रात्र पुढे सरकत होती, तसतशी आमच्यामधली गप्पांची मैफील रंगत होती. सयाजी पडद्यावर खलनायक असतात; पण प्रत्यक्षात मात्र अतिशय हळवे, संवेदनशील होते. त्यांच्या आईची आठवण काढली, की एकदम हळवे होणारे सयाजी; नातवांची आठवण काढली की विचारमग्न होणारे सयाजी; त्यांना घेऊन असणाऱ्या अनेक विषयांवर आम्ही बोलत होतो.

सयाजी शिंदे वाईजवळच्या धोम धरणावर वॉचमन होते, तेव्हा त्यांना अगदी अल्प पगार मिळायचा. तेव्हापासून आता पाचशेच्या वर चित्रपटांचा प्रवास, सात राज्यांचा सुपरस्टार, त्यांनी झाडांसाठी दिलेलं मोठं योगदान, हा सर्व प्रवास एका रात्रीत समजून घेणं शक्य नव्हतंच. मी त्यांना विचारत होतो आणि सयाजी माझ्याशी अंतःकरणातून बोलत होते.

''अत्यंत हलाखीचे दिवस, कितीही त्रास झाला तरी वडिलांनी कधीही आपली तत्त्वं, मूल्यं सोडली नाहीत. दारावर शासनाच्या कुठल्याही योजनेला नको म्हणणाऱ्या वडिलांना झाडं फार प्रिय होती. आम्ही जिथं कुठं जायचो, तिथं आई झाड विकत घ्यायची. एकदा आम्ही गोव्याला गेलो होतो, तिथं गोड आंब्याच्या कोयी आई गोळा करीत होती. मी आईला म्हणालो, ''आई हे असं करू नको, लोकांना काय वाटेल?'' आई म्हणाली, ''वाटू दे काय वाटायचं ते.'' असं म्हणत आई कोयी गोळा करीत होती. झाडासाठी आई असं सतत काही तरी करत असायची. मी आईच्या पंचाण्णवव्या वाढदिवशी आईची बिया-तुला केली. तिला खूप आनंद झाला होता. आज राज्यात चाळीस ते पंचेचाळीस ठिकाणी वनराईचं काम सुरू आहे. हे काम पाहायला आई नाही याचं वाईट वाटतं.''

आपल्या आईच्या आठवणींत सयाजी पूर्णपणे बुडून गेले होते. मी त्यांना सावरत विचारलं, ''तुम्ही हे सगळं काम उभं करता, त्याला अडचण येत नाही? लोक नावं ठेवत नाहीत?'' सयाजी हसत म्हणाले, ''खूप ठिकाणी अडचणी असतात. फार कमी लोक माझ्या सेवाभावी उपक्रमांमध्ये मला साथ देतात. अनेक गावांमध्ये, अनेक भागांमध्ये आम्ही पदरमोड करून काम करतो. लोकांना वाटतं, आम्हाला किती पैसे मिळाले असतील! अनेक ठिकाणी आमचं काम बंद पाडण्यासाठी भाग पाडलं जातं. कुठे राजकारण, हेवेदावे येतात. मी आणि माझे चार सहकारी यांच्या माध्यमातून आमची चळवळ सुरू आहे. आज मी महिन्यातील दहा दिवसांची कमाई झाडांच्या कामावर खर्च करतो. खरंतर माझ्या डोक्यात खूप मोठ्या कल्पना आहेत; पण त्यासाठी पैसा नाही. जे मदत करणारे आहेत, ते माझ्यापर्यंत पोहोचत नाहीत; पण मला आशा आहे, आज ना उद्या माझ्या स्वप्नांमधला हिरवागार महाराष्ट्र निश्चितच निर्माण होईल.'' बोलता बोलता कधी डोळे मिटले ते कळालं नाही.

सकाळी नगरवरून पानसरे नर्सरीचे बाळासाहेब पानसरे आले. त्यांनी झाडाच्या ऑपरेशनची सर्व तयारी केली. काही दिवसांनंतर ते झाड दुसरीकडे जाण्यासाठी प्रवास सुरू झाला होता. पानसरे यांची तिसरी पिढी झाडांसाठी काम करीत होती. सयाजी यांच्यासोबत सेवाभावी भावनेतून पानसरे यांनी मोठ्या असणाऱ्या शेकडो झाडांचा जीव वाचवला होता. थायलंडवरून पानसरे हे तंत्र शिकले होते. पानसरे यांच्याशी बोलून त्यांचा प्रवास कळाला. मी निघताना सयाजी मला मिठी मारत म्हणाले, ''संदीप या झाडांसाठी काही तरी करू रे बाबा..!'' सयाजी यांच्या मिठीत मला मोठ्या भावाचा, आपलेपणाचा ओलावा जाणवत होता.

सयाजी यांनी वाचवलेल्या झाडाचा शेकडो वर्षांचा मुक्काम आता दुसरीकडे हालणार होता. झाड ऑक्सिजन तयार करायचं जे काम करतं, ते कोणीच करू शकत नाही, हे माहिती असतानादेखील आपण सारे उभ्या असणाऱ्या झाडांना आडवं करण्याची मोहीम आखतो. मराठवाड्यामध्ये तर केवळ मोजक्या ठिकाणी बाभळ, लिंबाची झाडं शिल्लक आहेत, तीही चुलीवरचं मटण शिजवण्यासाठी तोडली जातात. सयाजी यांनी आपल्या सह्याद्रीच्या माध्यमातून झाडांसाठी चालवलेली चळवळ आता सगळ्यांना माहीत झालीय. सयाजी यांच्या माध्यमातून केवळ झाडांविषयी चळवळच

सुरू झाली नाही, तर राज्याच्या कानाकोपऱ्यांत मंगेशसारखे शेकडो सयाजी तयार झालेत. बाळासाहेब पानसरेंसारखे अनेक जण सेवाभावी वसा हिरिरीने चालवतात. सयाजी यांनी सह्याद्रीच्या माध्यमातून चालवलेली चळवळ तुम्हा आम्हा सगळ्यांची चळवळ झाली पाहिजे.

■

३०.
पाणीदार अधिकारी

चाळीसगावला काही कार्यक्रमाच्या निमित्तानं मी गेलो होतो. परतीच्या प्रवासात मला मागे गेलेल्या भागामध्ये आणि पुढे येऊ लागलेल्या भागामध्ये कमालीची तफावत दिसू लागली. एकदम बागायतच कशी काय सुरू झाली, हा प्रश्न होता. थोडं पुढं गेल्यावर, एक शेतकरी भरलेल्या विहिरीतून पाणी काढत असल्याचं दिसत होता. मी माझी गाडी थांबवली. सतत दुष्काळाच्या बातम्या वाचल्यानंतर डोळ्यांना असं काही आनंद देणारं दृश्य बघायला मिळालं, तर नवल वाटणं अगदी साहजिक होतं. ''काका थोडं प्यायला पाणी देता का?'' असं हळुवार आवाजात त्या पाणी काढणाऱ्या काकांना मी म्हणालो.

काका म्हणाले, ''या या...'' मी गेलो, दोन्ही हातांची ओंजळ केली. काका वरून पाणी टाकताना म्हणाले, ''बाबा हळू प्या, ठसका लागेल.'' माझं पाणी पिणं संपलं. मी खिशातून रुमाल काढून तोंड पुसलं. त्या पाणी देणाऱ्या काकांना मी म्हणालो, "काका तुमची विहीर तर काठोकाठ भरलीय... काय कमाल आहे?"

काका म्हणाले, ''कमाल कसली बाबा, सगळी देवाची करणी अन् माणसांची मेहनत, मागच्या जन्मीची काहीतरी पुण्याई असेल.'' मी म्हणालो, ''तुमच्या आसपासच्या सगळ्या भागात असंच पाणी दिसतं. मी येताना चहूबाजूंनी सगळ्या बागाच बागा मला दिसत होत्या.''

काका म्हणाले, ''माणसानं मनात आणलं तर काहीही होऊ शकतं. आमच्या भागातही तसंच झालं. सगळीकडं शेतीला भरपूर पाणी आहे. पावसाळ्यामध्ये तर विहिरी अक्षरशः ओसंडून वाहतात. पण एक काळ असा

होता, पावसाळ्यातही विहिरीला पोहऱ्याने टोचण मारत बसावं लागायचं, तेव्हा कुठं पाणी मिळायचं.''

मी म्हणालो, ''मग काका, असं नेमकं काय झालं, की सगळीकडे पाणीच पाणी आलं?''

काका म्हणाले, ''आमच्या परिसरात धामणगाव नावाचं गाव आहे. तिथले डॉ. उज्ज्वल कुमार चव्हाण एखाद्या देवासारखे धावून आले. त्यांच्या कल्पकतेमधून अनेक पिढ्यांचा पाणीप्रश्न सुटला. बिचाऱ्याने खूप काबाडकष्ट केले.''

आमचं बोलणं सुरू होतं. तो माणूस सगळं कोड्यात बोलत होता. मला स्पष्टपणे काहीही कळत नव्हतं. मी खोलात गेल्यावर त्यांनी मला सगळं काही सांगितलं. पूर्वी पावसाळ्यातही दुष्काळ असलेल्या भागांमध्ये आता लोकसहभागातून, जलसिंचनाच्या माध्यमातून मोठी क्रांती झाली. पावसाळ्यातही विहिरीमध्ये पाण्याचा थेंब दिसत नव्हता, तिथं आता पाणी ओसंडून वाहू लागलं. मोठमोठे बंधारे भरून ओसंडून वाहत होते. गावच्या पिण्याच्या पाण्याचा प्रश्न तर सुटलाच होता, शेतातली पिकं डुलत होती. काका कसदार शेतकरी होते. त्यांना कामाची घाई होती. बाजूला असणारे बैल त्यांची वाट पाहत होते. मला ह्या पाण्याच्या प्रयोगाच्या सर्व शास्त्रीय बाजू समजून घ्यायच्या होत्या. काकांकडून बाजूलाच असलेल्या रांजणगावातल्या प्रमुख असणाऱ्या व्यक्तींचे संपर्क नंबर मी घेतले आणि त्या गावात पोहोचलो. मी येणार अशी या गावच्या प्रमुखांना कल्पना दिली होती. मी गावात गेलो. त्यांनी माझं स्वागत केलं.

त्या गावातले प्रमुख आणि या पाणी प्रयोगात सक्रिय असणारे शेखर निंबाळकर यांच्याशी मी बोललो. ज्या रांजणगावमध्ये मी गेलो होतो, त्या एकाच गावात नाही, तर अशा अनेक गावांमध्ये ही पाणीदार अधिकाऱ्यांची चळवळ घर करून बसली होती. यामुळे केवळ पिण्याच्या आणि शेतीच्या पाण्याचाच प्रश्न सुटला नव्हता, तर कायमस्वरूपी दारिद्र्यरूपी असणारा काळोखही मिटला होता. पाण्यामुळे माणसांचं स्थलांतर थांबलं. चार पैसे जवळ खुळखुळत होते. कुणी घर बांधलं, कुणी ट्रॅक्टर घेतले, अनेकांच्या शेतात विहिरी आल्या. गावं अवघ्या चार वर्षांत ऐश्वर्यसंपन्न झाली. गेल्या चार वर्षांत अवघं चित्र बदललं. गावात एकीचं वारं वाहू लागलं. जयंत्या, सणवार, उत्सव, पुण्यतिथींच्या माध्यमातून गावात चांगलं काही करायचं, हाच विचार प्रत्येकाचा असायचा. हे

घडलं आणि त्या घडण्याने आता शिखर गाठलंय. मला शेखर निंबाळकर यांच्याकडून किती माहिती घ्यावी, असं झालं होतं. ज्या गावात पाण्याचा प्रयोग यशस्वी झाला, त्या गावातील पाटील यांनी पुढच्या पाच गावांना दत्तक घेऊन तिथं हाच प्रयोग यशस्वी करायचा, हे सूत्र सगळीकडे ठरलं होतं. शेखर निंबाळकर त्यांच्यापैकीच एक होते.

ज्या अधिकाऱ्यांच्या कल्पनेतून हे सगळं निर्माण झालं होतं, त्या अधिकाऱ्यांच्या धामणगावलाही मी शेखर निंबाळकर यांच्यासोबत भेट दिली. पाणीदार गाव, माणुसकीचे संस्कार अनुभवायचे असतील, तर एकदा धामणगावला भेट दिली पाहिजे. मला सर्वांत जास्त उत्सुकता होती ती म्हणजे, उज्ज्वलकुमार चव्हाण यांच्याशी बोलण्याची आणि त्यांना भेटण्याची. मुंबईला गेल्यावर माझे मित्र चेतन बंडेवार यांनी आयोजित केलेल्या सीएसआरच्या कार्यक्रमात आम्ही भेटलो, बोललो.

त्या गावात असताना मी निंबाळकर यांच्या मदतीने फोनवर संपर्क साधला होता. प्रेमाने, नम्रपणे माझ्या प्रत्येक प्रश्नाचं उत्तर डॉ. चव्हाण देत होते. ‘‘आमच्या धामणगावमध्ये सप्ताह सुरू होता, त्याच दरम्यान गावातल्या एका शेतकऱ्याने आत्महत्या केली. तो प्रसंग मन सुन्न करणारा होता. अवघा गाव शोकसागरात होता. चार दिवसांनी अवघं गाव एकत्रित आलं. ही परिस्थिती सुधारली पाहिजे, यामध्ये काही तरी मार्ग निघाला पाहिजे, असं ठरलं. त्या दिवसापासून आम्ही कामाला लागलो. सुरुवातीला अनेक जण कामाला विरोध करू लागले. माझ्या आईला वाटायचं, ‘मुलाने गावाच्या भानगडीत पडू नये;’ पण आता ठरवलं होतं, ‘आपल्याला काहीही करून अवघं गाव पाणीदार करायचंय.’ मी अधिकारी असणाऱ्या, पाण्याचे अभ्यासक असणाऱ्या अनेक मोठ्या माणसांना गावात आणलं. पाण्याचं महत्त्व लक्षात घेऊन गावात किमान आठ दिवसाला माझी चक्कर होत होती. एकीच्या बळावर आपण मोठी ताकत उभी करू शकतो, हे गावकऱ्यांना आता पटलं होतं.

कसेबसे गावकरी तयार झाले. सरकारी योजनेच्या माध्यमातून गावात आणि गावाच्या आसपास असणाऱ्या अनेक शेतीमधल्या नाल्यांवर बंधारे बांधायचं असं ठरलं. सरकारी काम आणि सहा महिने थांब, या कार्यपद्धतीमुळे केलेल्या एक-दोन कामांचा अगदी बोजवारा उडाला. मग आम्ही सरकारी नाद सोडला. लोकसहभागातून कामाची कास धरली. आपणच काम करू, असा

निर्धार करून त्यासाठी पुढाकार घेतला. असणारी सगळी जमीन पाण्याखाली येईल, असा आराखडा आखून बंधारे उभे केले. 'सकाळ'च्या रिलीफ फंडाची मदत घेतली. अनेक सामाजिक संस्थांची मदत घेतली. त्या मदतीच्या माध्यमातून आजवर पाचवीलाच दुष्काळ असताना, पहिल्याच पावसामध्ये जिकडे पाहावं तिकडे पाणी झालं. दुष्काळाच्या नावाने सतत डोळ्यांत अश्रू असणाऱ्या अनेक वृद्ध माणसांच्या डोळ्यांत, आपल्या गावातलं पाणी डोळे भरून पाहून आनंदाश्रू वाहणं अगदी सहज होतं.'' त्या दरम्यानच्या काळात घडलेले एकेक किस्से डॉ. चव्हाण मला सांगत होते. ''आता सत्तर गावांत हे काम पूर्ण झालं आणि सातशे गावांत हे काम आपणही सुरू करावं, अशी चर्चा होऊ लागली.'' डॉ. चव्हाण यांच्याकडे हे काम करताना असणाऱ्या किश्शांचं घबाड होतं.

''पहिल्या वर्षी धामणगाव, दुसऱ्या वर्षी आणखी सहा गावं, तिसऱ्या वर्षी पुन्हा सोळा गावं, चौथ्या वर्षी चौतीस गावं आणि पाचव्या वर्षी पुन्हा शेहेचाळीस गावं... अशा रीतीने अनेक गावांमध्ये ही चळवळ खोलपर्यंत रुजली. त्या गावांतला पाणीप्रश्न पूर्णपणे सुटला. त्या गावांतील शेतीला लागणाऱ्या पाण्याबरोबरच पिण्याच्या पाण्याचाही प्रश्न सुटला. तिथं रस्ते झाले. छोटे-मोठे बंधारे झाले. ओढ्यांचं खोलीकरण झालं आणि सर्वांत महत्त्वाचं म्हणजे, माणसांच्या मनामनांचं एकत्रीकरण झालं. 'डिझेल टाका, मशीन वापरा' हे या पाणीदार मोहिमेचं सूत्र होतं."

मी म्हणालो, ''आता पाच वर्षांनंतर आई काय म्हणते?'' डॉ. चव्हाण म्हणाले, ''प्रत्येक पुरस्कार आणि सन्मानाला आईच्या डोळ्यांत आनंदाश्रू असतात. माझी सर्व ठिकाणी भाषणं होतात. आई ती भाषणं खूप बारकाईने ऐकते आणि सर्वांना सांगते.'' मी फोन ठेवला आणि विचार करत होतो. डोळसपणे ठरवले तर एक माणूसही काय करू शकतो, याचं उत्तम उदाहरण म्हणजे डॉ. उज्ज्वलकुमार चव्हाण (भा.रा.से.) हे होते. डॉ. चव्हाण सध्या मुंबईमध्ये आयकर विभागामध्ये सहउपायुक्त आहेत. आपली सगळी सुट्टी शनिवार, रविवार तब्बल पाच वर्षं त्यांनी या कामासाठी दिली. त्यांचं काम अजूनही थांबलेलं नाही, ते सुरूच आहे. मी त्या गावातून निघालो, रस्त्याच्या बाजूला असलेल्या एका बंधाऱ्यावर जाऊन मी माझ्या तोंडावर पाणी मारलं. त्या पाण्याला निसर्गाच्या सुगंधासोबत घामाचा सुगंध होता. मी निघालो. 'जे शेतकरी पाण्याच्या कारणाने आत्महत्या करतात, ते आत्महत्या करण्याआधी एकदा धामणगावला येऊन भेट

का देत नाहीत? ते डॉ. चव्हाण का बनत नाहीत?' असं मला वाटत होतं. प्रत्येकाने गावासाठी, गावाच्या परिसरासाठी 'पाणीदार चळवळ' नक्की सुरू करायला हवी. म्हणजे आपल्या आसपासच्या दुःखितांचे अश्रू आनंदाश्रू व्हायला वेळ लागणार नाही.

■

३१.
तरुणांना खुणावतेय दिल्ली

उत्तराखंडच्या निवडणुकीचं वार्तांकन करून मी दिल्लीत आलो. विमानतळावर उतरून टॅक्सीची वाट पाहत होतो. टॅक्सी आली, मी टॅक्सीत बसलो. टॅक्सीत सकाळी-सकाळी बाबासाहेब देशमुखांचा संभाजी महाराजांवरचा पोवाडा सुरू होता. ध्यानी-मनी नसताना पोवाडा ऐकायला मिळाल्याने अंगावर रोमांच उभे राहत होते. पाच मिनिटांनी चालकाने तो पोवाडा बंद केला. मी ऐकण्यात तल्लीन असतानाच एकदम भानावर आलो. त्या चालकाला म्हणालो, ''पोवाडा का बंद केला?'' मी मराठीत बोलतोय, हे पाहून त्या चालकाने मागे वळून माझ्याकडे पाहिलं. पोवाडा पुन्हा सुरू झाला. तो चालक म्हणाला, ''तुम्ही महाराष्ट्रातील का?''

मी म्हणालो, ''हो.''

मी पुन्हा त्याला म्हणालो, ''तुम्ही?''

तो म्हणाला, ''मीपण महाराष्ट्राचा.''

मी विचारलं, ''कोणता जिल्हा?''

त्याने सांगितलं, ''बुलडाणा.''

आमच्या गप्पा सुरू झाल्या. पोवाडा ऐकताना माझं लक्ष त्या चालकाच्या बोलण्याकडेही होतं. त्याचं बोलणं ऐकून अंगावर काटा येत होता. मी ज्याच्याशी बोलत होतो, त्याचं नाव तानाजी कऱ्हाळे. मूळचा बुलडाणा शहरातील. घरी प्रचंड गरिबी. तानाजीचे वडील भागजी कऱ्हाळे वॉचमन. आई मीराबाई चार घरी धुणी-भांडी करतात. तानाजीने पाचवीपासून अधिकारी होण्याचं स्वप्न मनाशी बाळगलं. ते शिक्षण घेण्यासाठी आपण दिल्लीला जायचं, हेपण त्याने

ठरवलं होतं. दिल्लीत येऊन मागच्या तीन वर्षांत क्लास टू होण्यापर्यंत तानाजीने मजल मारली. त्याच्या पदरात यश पडलंही; पण त्याचं ध्येय क्लास वन व्हायचं आहे. सकाळी भाड्याची टॅक्सी चालवायची, दुपारी क्लास करून प्रचंड अभ्यास करायचा... हे गेल्या तीन वर्षांपासून सुरू आहे. सुरुवातीला तानाजी ज्या कॉलनीमध्ये राहायचा, त्या कॉलनीमध्ये त्याने अनेकांच्या घरी जे पडेल ते काम केलं.

तानाजी मला सांगत होता आणि मी ऐकत होतो. तानाजीने पोवाड्याचा आवाज थोडा वाढवला. मी गाडीच्या बाहेर नजर टाकली. बाहेर जाम थंडी होती. गाडीत हीटर असल्यामुळे थंडी जाणवत नव्हती. थोडं पुढे गेल्यावर तानाजीने गाडी थांबवली. दोन मोठ्या पिशव्या घेऊन एक मुलगा तानाजीच्या शेजारी बसला. त्या दोघांच्या गप्पा सुरू होत्या.

तानाजी मला म्हणाला, ''हा राजेश जाधव, जालन्याचा आहे. आम्ही दोघं एकाच रूममध्ये राहतो. राजेशही स्पर्धा परीक्षेची तयारी करतोय. मागच्या तीन वर्षांत तो एकदा मुख्य परीक्षेपर्यंत जाऊन आला. आता दुसऱ्या वेळेस नक्की पास होईल, अशी त्याला खात्री आहे.'' तानाजी राजेशविषयी इतक्या आत्मविश्वासाने बोलत होता, की मला वाटलं मैत्री असावी तर अशी.

मी राजेशला म्हणालो, ''काय काम करता तुम्ही?''

राजेश म्हणाला, ''मी बूट पॉलिश करण्याचं काम करतो. सहा ते अकरा लोकांची लगबग सुरू असते, तेव्हा माझ्या कामाला गती मिळते.''

मी पुन्हा विचारलं, ''तुमचे वडील काय करतात?''

''वडिलांचं बूट शिवायचं छोटंसं दुकान आहे,'' तो लगेच म्हणाला.

''आणि आई काय करते?'' राजेश लगेच म्हणाला, ''मला आई नाहीये.''

''तुमच्या हातामध्ये असणाऱ्या दोन्ही बॅगमध्ये काय आहे?'' मी पुन्हा विचारलं.

राजेश म्हणाला, ''एका बॅगमध्ये बूट पॉलिश करायचं सामान. दुसऱ्या बॅगमध्ये एका व्यक्तीने मला आज जुनी पुस्तकं दिली, ती आहेत.''

त्या दोघांचा एकमेकांमध्ये संवाद सुरू झाला. महाराष्ट्रासाठी दिल्ली कधीच परकी नव्हती. त्या दोघांच्या संवादाने, त्यांच्या अभ्यासूवृतीने, ऊर्जेने मलासुद्धा दिल्ली आपलीशी वाटायला लागली होती. मी पुन्हा तानाजीशी

बोलायला सुरुवात केली.

मी म्हणालो, ''तुम्ही राहता कुठं? सर्व खर्च, महागाई, हे माहिती असताना दिल्लीच का निवडली?''

तानाजी पोवाड्याचा आवाज कमी करत म्हणाला, ''मी जुन्या राजेंद्रनगर भागात राहतो. तिथंच अगदी जवळजवळ दृष्टी, वाजीराम, व्हिजन, फोरम, असे सर्व स्पर्धा परीक्षेचे क्लास आहेत. आम्ही चार मित्र सोबत राहतो. चारही जण महाराष्ट्रातील आहोत. मी सुरुवातीला स्पर्धा परीक्षेसाठी पुण्याला गेलो होतो. पुण्यातलं वातावरण मला योग्य वाटलं नाही. दिल्लीच्या वातावरणाविषयी, तिथं मिळणाऱ्या यशाविषयी मी कित्येक जणांकडून ऐकलं होतं, पुस्तकांत वाचलं होतं. मी दिल्लीला येण्याचा निर्णय घेतला. पुण्यावरून निघताना केवळ खिशात तिकिटापुरते पैसे होते. इथं आल्यावर छोटं-छोटं काम शोधत मी स्पर्धा परीक्षेच्या तयारीला लागलो. अभ्यास, क्लास यापेक्षा इथल्या संस्काराने मी भारावून गेलो आहे. दिल्लीच्या उत्साही वातावरणाने मला कमालीची भुरळ घातली.''

मी मध्येच म्हणालो, ''अहो, दिल्ली पुण्यापेक्षा कितीतरी महाग आहे, त्याचं काय?''

तानाजी म्हणाला, ''हो, ते खरं आहे; पण फार महाग नाही. ठरलेल्या वेळेमध्ये रिझल्ट मिळणं खूप महत्त्वाचं असतं. तो इथं मिळतोच मिळतो.''

''मागच्या वेळी सातशे जागा होत्या, त्यामध्ये दीडशेहून अधिक जागा महाराष्ट्रातल्या तरुणांनी खेचून आणल्या. एक काळ होता, महाराष्ट्र सोडून इतर राज्यांचा स्पर्धा परीक्षेवर झेंडा असायचा; पण आता ट्रेंड एकदम उलटा झालाय. महाराष्ट्रातील मुलं आता अव्वल स्थानी आहेत. महाराष्ट्रातील मुलं भावनिक आहेत. आपण राज्य, जिल्हा सोडत नाही. ज्यांना असं वाटतं की खूप खर्च होईल, अशी हुशार असूनही अनेक मुलं दिल्लीला जवळ करत नाहीत. सारथी, बार्टी यांसारख्या अनेक संस्था या मुलांना दिल्लीपर्यंत आणण्यासाठी मदत करतात. आता दिल्लीविषयी पालकांची आणि या मुलांची मानसिकता बदलली पाहिजे.''

मी म्हणालो, ''जर स्पर्धा परीक्षांमध्ये आपण यशस्वी नाही झालात, तर पुढे काय करायचा प्लॅन आहे?''

तानाजी हसला आणि म्हणाला, ''माणूस अधिकारी नाही झाला, तरी

परिस्थिती समजून घेऊन कोणत्याही परीक्षेला आनंदाने सामोरं जाणं, व्यवसाय करणं, विशेषतः आनंदाने जीवन कसं जगायचं, हे सांगण्याची ताकद दिल्लीच्या वातावरणामध्ये आहे.''

तानाजी मला जे सांगत होता, ते असं वाटत होतं, आपण ऐकतच राहावं. मला त्याच भागामध्ये जायचं होतं. मी तानाजीकडे गेलो. अगदी छोट्या रूममध्ये चौघेजण राहत होते. बाकीच्या मुलांची ओळख करून देत तानाजी त्या प्रत्येकाची वैशिष्ट्यं सांगत होता. कोणी उत्तम गायक, कोणी उत्तम निवेदक, कुणी वॉचमनचं काम करतो, तर कुणी हॉटेलमध्ये वेटर म्हणून आहे. प्रत्येकाला आपला स्वाभिमान प्रिय होता. प्रत्येकाच्या मनात खूप मोठी स्वप्नं आहेत. अशा अनेक स्वप्नं पाहणाऱ्यांना दिल्ली खुणावत आहे, असं मला वाटत होतं.

धुळे येथील माझा मित्र धीरजकुमार साळुंके जुन्या राजेंद्रनगरमध्ये स्पर्धा परीक्षेचा अभ्यास करतो. त्याला मी फोन करून बोलवून घेतलं. तो मला सांगत होता, की तिथलं वातावरण खूप पोषक आहे. आपल्याकडे मुलं दिल्लीचं नाव काढलं की घाबरतात. मी दोन वर्षांपूर्वी इथं आलो. मी आल्यावर कोरोना सुरू झाला, त्यामुळे थोडंसं वातावरण डिस्टर्ब झालं. आता वातावरण सुरळीत झालंय. पहिल्यांदाच हजारहून अधिक जागा आता निघाल्यात. त्यावर महाराष्ट्राचा टक्कावाढ होण्यासाठी पुण्यामध्ये किंवा छोट्या-छोट्या शहरांमध्ये स्पर्धा परीक्षेचा अभ्यास करणारी मुलं दिल्लीत येणं गरजेचं आहे. मीही पूर्वी पुण्यात होतो, तिथल्या आणि इथल्या वातावरणात जमीन-अस्मानाचा फरक आहे. दिल्लीमध्ये आल्याशिवाय स्पर्धा काय असते, हे कळत नाही. स्पर्धा, वातावरण, आत्मविश्वास या सगळ्यांचा मेळ घालून यशाचा संगम इथं घडून येतो. महाराष्ट्रामध्ये अधिकारी होऊ घातलेल्या त्या प्रत्येक तरुणास आज दिल्ली खुणावते आहे. धीरजकुमारच्या बोलण्यात मला कमालीचा आत्मविश्वास वाटत होता.

दिवसभराचा प्रवास आटोपून धीरजकुमार, तानाजी आणि राजेश या सगळ्यांचा निरोप घेत मी माझ्या ठरलेल्या प्रवासासाठी निघालो. सगळे नवे मित्र मला कडकडून भेटले. मी त्यांना म्हणालो, ''मित्रांनो, महाराष्ट्राला तुमच्याकडून दोन अपेक्षा आहेत. एक - तुम्ही लाल दिव्याच्या गाडीत बसून तिकडं येणार आहात; आणि दोन - आपली जी गोरगरिबांची, बहुजनांची मुलं दिल्लीत येतील, त्यांना मदत करा. त्यांचं स्वप्न साकार करण्यासाठी त्यांना

ऊर्जा द्या.'' त्या तिघांनीही अगदी उत्साहाने माना हालवल्या. मी तिथं गाडीत बसून पुढे निघालो. मी विचार करत होतो, दिल्लीची ही वाट खूप सोपी आहे, सरळ आहे; पण या वाटेवर प्रवास करणारे तरुण विनाकारण घाबरतात. तुम्ही आम्ही मिळून अशा घाबरणाऱ्या युवकांना वाट दाखवली पाहिजे.

■

३२.

कष्टकऱ्यांवर मुंबई प्रेम करते...!

माझा जुना सहकारी सागर गवई याची वाट बघत मी बेलापूरच्या सेक्टर चारमध्ये थांबलो होतो. दुपारचे चार वाजले होते. त्याच वेळी अचानकपणे महापालिकेची गाडी आली. त्या गाडीने रस्त्यावर लावलेल्या सगळ्या विक्रेत्यांचे गाडे उचलायला सुरुवात केली. अनेक गरीब विक्रेते त्या गाडीवाल्यांच्या पटापटा पाया पडत होते. एक माणूस माझ्या बाजूला उसाचा रस विकण्याचं काम करत होता. त्यांनी तातडीने रस काढणारं मशीन आणि सगळं साहित्य आतमधल्या गल्लीमध्ये नेलं. ते सामान आतमध्ये ठेवून दिलं. एक छोटासा माठ आणि छोट्याशा बॅगमध्ये पाणीपुरी असं घेऊन ती व्यक्ती रस्त्यावर आली. अतिक्रमणवाल्यांची कारवाई सुरू होती. त्याकडे लक्ष न देता या व्यक्तीने पाणीपुरी विकायला सुरुवात केली. पाणीपुरीच्या गाड्याभोवती गर्दी जमली. मीही ती चवदार पाणीपुरी खाल्ली. मी फोनवर बोलत होतो. अजून सागर येतच होता. काही वेळात त्या व्यक्तीकडे असणारी पाणीपुरी संपून गेली. ती पाणीपुरी विकणारी व्यक्ती त्या गल्लीमध्ये गेली. त्या व्यक्तीने कुल्फीचा गाडा रस्त्यावर आणला. तिथेही तशीच गर्दी. माझी आणि सागरची भेट झाली. मी बेलापूरला ऑफिसमध्ये गेलो. काम आटोपून घरी निघालो. पुन्हा त्याच जागेवर ती व्यक्ती मला भाजीपाला विकताना दिसत होती. मी गाडी बाजूला घेतली आणि त्याच्याकडे भाजीपाला खरेदी करत-करत त्याच्याशी बोलत होतो. तसंही भाजीपाला घेणं हा एक बहाणा होता. मला त्या व्यक्तीशी बोलायचं होतं. आमचं बोलणं सुरू झालं.

मी ज्याच्याशी बोलत होतो, त्यांचं नाव सूरज यादव. सूरज हे मूळचे बिहारचे. चाळीस वर्षांपूर्वी मुंबईत आले आणि आता मुंबईकर झाले. येणारी प्रत्येक व्यक्ती, 'भैया मेथी कितने की है?', 'भैया कोथिंबीर का क्या भाव है?' असं म्हणत. अनेक लोक सूरज यांना 'भैया' म्हणत होते. भाजीपाला घेणारं ग्राहक भाजीपाला घेऊन गेलं, की मी पुन्हा त्यांच्याशी बोलत होतो. आमचा हा संवाद मध्ये-मध्ये तुटत होता. सूरज यांच्याकडील भाजीपाला संपत आला होता. ते आता घरी जायच्या तयारीला लागले होते. आमच्या गप्पा सुरू होत्या. त्यांच्याबरोबरच्या गप्पांमधून अनेक विषय माझ्यापुढे आले. सूरज यांची कामगिरी ऐकून मी थक्क होत होतो.

पहिल्यांदा मुंबईला येताना सूरज यांच्याकडे तिकिटाचे पैसेही नव्हते. ते मुंबईत आले, आपल्या एका मित्राकडे थांबले. सूरज यांनी सगळ्यात पहिल्यांदा कामाला सुरुवात केली, ती लोकांच्या गाड्या साफ करून देण्याची.

पहाटे पाच वाजता उठायचं, ठरलेल्या सोसायट्यांमधलं गाड्या स्वच्छतेचं काम करायचं. असं करत-करत सुरुवातीची पाच वर्षं सूरज यांनी फक्त गाड्या साफ करायचं काम केलं. त्या पाच वर्षांमध्ये त्यांनी आपले दोन्ही लहान भाऊ मुंबईत आणले. गाडी साफ करण्याच्या कामामध्ये आपल्या भावांनाही सहभागी करून घेतलं.

सूरज मुंबईला येताना नेमकं त्यांचं लग्न झालं होतं. मी सूरज यांना विचारलं, ''आता राहता कुठं? कुटुंब कुठं आहे? तुमचे भाऊ कुठं आहेत?'' सूरज म्हणाले, ''माझे दोन्ही भाऊ मुंबईमध्येच आहेत. एक भिवंडीमध्ये बांधकाम व्यावसायिक आहे. दुसरा कांदिवलीला जुन्या गाड्या खरेदी करून विकायचं काम करतो.'' ते पुढं म्हणाले, ''मी बेलापूरलाच राहतो. भावांनी अलीकडे आपलं कुटुंब मुंबईत आणलं आहे. माझी बायको गावीच राहते. माझं वर्षातून एक वेळा गावी जाणं होतं. बिहारमधल्या करीमपूर इथं माझं कुटुंब राहतं. सध्या घरी पत्नी एकटीच असते. आई-वडील हयात नाहीत. एक बहीण आहे, तिचे यजमान वारलेले आहेत. त्या दोघीजणी गावी असतात. तीन मुली आहेत, त्या तिघी डॉक्टर आहेत. एक मुलगा आहे, तो इंजिनिअर आहे.'' मी मध्येच म्हणालो, ''तुमची मुलं कुठं शिकली?'' सूरज म्हणाले, ''महाराष्ट्रातच शिकली. पुढे ती नोकरीच्या निमित्ताने, दवाखान्याच्या निमित्ताने बिहारमध्येच स्थायिक झालीत.'' मुलं नेहमी म्हणतात, ''बाबा, तुम्ही हे काम सोडा, आमच्याकडे येऊन राहा; पण माझी

मुंबई सोडण्याची इच्छा होत नाही.''

सामानाची बांधाबांध करून सूरज अगदी तल्लीन होत मला आपल्या आयुष्याची कहाणी सांगत होते. सूरज बोलताना म्हणाले, ''या मुंबईने मला सगळं काही दिलं. माझं वय आता बासष्ट वर्षं आहे. मुंबईत मला स्वतःचं घर आहे; पण ते मी भाड्याने दिलं. माझ्यासोबत असणारे पाच जण आम्ही एका रूममध्ये राहतो, ती रूमदेखील भाड्याने घेतली आहे. आम्ही घरीच जेवण बनवतो. सकाळी-सकाळी पाच वाजल्यापासून पेपर टाकायचा. पेपर झाल्यावर चहा आणि इडली-डोसाचं दुकान लावायचं. दुपारनंतर चार वाजेपर्यंत चपला विकण्याचा व्यवसाय करायचा. त्यानंतर ज्यूसविक्री, पाणीपुरी आणि रात्री भाजीपाला विक्रीचा व्यवसाय, असा माझा दिनक्रम असतो.''

मध्ये मध्ये अनेक वेळा विशेषतः निवडणुकीच्या वेळी खूप वावड्या उठतात, असं सांगत सूरज म्हणाले, ''भैया हटाव, मुंबई बचाव. स्थानिक लोकांच्या उद्योग, नोकऱ्या भैयांनी पळवल्या, असं म्हणत आमच्यावर अनेकवेळा अत्याचार होतात. निमूटपणे कित्येक वेळा मी मार खाल्ला. पोलिसांचा त्रास किती वेळा झाला बापरे! या सगळ्यांमध्ये एक तत्त्व स्वीकारलं, कोणाला रागवायचं नाही, कोणाशी भांडायचं नाही. आपलं काम ठरलेल्या वेळेमध्ये करत राहायचं. या सूत्राच्या जोरावरच आज इथपर्यंत आहे. आता वाटतं हे खूप झालं. आपल्या गावी जावं. छोटंसं घर बांधावं आणि आपल्या आई-वडिलांच्या आठवणीत जगावं, पण पाय मुंबईच्या बाहेर निघत नाही. मी किमान दीडशे जणांना बिहारमधून मुंबईमध्ये आणलं असेल. हे सगळेजण मला त्यांचा देव मानतात.'' सूरज त्यांचा मुंबईमधला सगळा प्रवास मला सांगत होते आणि मी ते ऐकत होतो.

ही सत्यघटना, एका सूरजची नाही, तर मुंबईत मोठ्या आशेनं येणाऱ्या त्या प्रत्येकाची आहे, ज्यांनी मुंबईत कष्टाचं रोपटं लावलं, त्या रोपट्याला रोज मेहनतीचं पाणी घातलं, अशा सर्वांची ही कहाणी आहे. सूरज घरी निघाले आणि मीही. सूरज यांच्या डोक्यावर उरलेल्या भाजीपाल्याचं ओझं होतं; पण रोज गच्च असणारं मन हलकं झालं होतं, हे त्यांच्या चालण्याच्या गतीवरून वाटत होतं.

सूरज यांच्यासारखे गावाकडून मुंबईत माणसांना घेऊन येण्याचे प्रयोग मीही केले; पण चार दिवसांनंतर मला घरची फार आठवण येते, असं म्हणत कित्येकजण तर न सांगता आपल्या गावी निघून गेले, असा अनुभव माझ्यासह अनेकांच्या

पाठीशी आहे. हा भैया, हा बाबू, तो या राज्यातला, तो या भागातला, असं गुऱ्हाळ लावणारे मुंबईत पावलोपावली भेटतात; पण यापेक्षाही एक महत्त्वाचा मुद्दा आहे आणि तो म्हणजे, अटकेपार कष्टाचा झेंडा मिरवणारा तो प्रत्येक स्वाभिमानी माणूस. जी माणसं प्रामाणिकपणे आपल्या कामाला न्याय, प्राधान्य देतात, प्रचंड काबाडकष्ट करतात, त्यांच्यावरच मुंबईही प्रेम करते.

■

३३.
अन्नपूर्णा

'यीन' च्या अधिवेशनानिमित्त मागचे अनेक दिवस मी नाशिकमध्ये होतो. या मुक्कामातलाच एक दिवस, मी, माझा सहकारी गणेश जगदाळे, मित्र संभाजी पुयड नागेलीकर आम्ही तिघेजण यशवंतराव चव्हाण मुक्त विद्यापीठाच्या दिशेने जात होतो. त्याच विद्यापीठांमध्ये आमचा तीन दिवसांच्या अधिवेशनाचा कार्यक्रम होणार होता. कामाच्या गडबडीत रात्रीचे दहा कधी वाजले कळालं नाही. पोटात भुकेमुळं कावळ्यांची ओरड सुरू होती. विद्यापीठाच्या अगदी जवळच 'वास्तुवाडा' नावाचं एक छोटंसं हॉटेल आम्हाला दिसलं.

आम्ही आतमध्ये आल्याचे पाहताच एक ताई आमच्याकडे धावत आल्या. आमची आस्थेने विचारपूस केली. ताटामध्ये असणाऱ्या चार पाच पदार्थांचा येणारा सुगंध अनुभवून कधी जेवण सुरू करावं असं झालं होतं. आमचं जेवण झालं. पुढचे तीन-चार दिवस आम्ही त्या घरगुती हॉटेलमध्ये जेवत होतो. त्या तीनचार दिवसांत आम्ही कधीही एकासारखा दुसरा पदार्थ खाल्ला नाही. प्रत्येक पदार्थाची चव वेगळी होती. अधिवेशनाच्या आदल्या रात्री आम्ही जेवायला आलो. त्या दिवशीही त्या प्रत्येक पदार्थाला आईच्या हातच्या जेवणाची चव होती. आम्ही ज्या रूममध्ये बसलो होतो, त्या रूमच्या बाजूला 'आदमी मुसाफिर है,' 'जिंदगी का सफर है ये कैसा सफर,' असे एकापेक्षा एक सरस जुन्या गाण्यांचे सूर आमच्या कानावर पडत होते. हात धुताना मी एका मुलाला विचारले हे कोण गात आहेत. तो मुलगा म्हणाला, "माझे वडील आहेत. या हॉटेलचे मालक." त्या आवाजात एक दर्द होता, आणि ते सूर थेट काळजात शिरत होते. मी स्वयंपाकघरात एक नजर टाकली.

ताई एवढ्या रात्रीही स्वयंपाकात मग्न होत्या. चुलीच्या धुराला बाजूला सारत बनवणाऱ्या पदार्थात त्या आपला जीव ओतत होत्या. शेगडीवर बाजूला दुसरा पदार्थ तयार होत होता.

मी ताईंना माझी ओळख देऊन विनंती करत म्हणालो, "तुमच्या कुटुंबातल्या सर्व सदस्यांशी बोलायचे आहे." ताईंचं काम संपल्यावर ताई आणि त्यांचे यजमान दोघेही आमच्या जवळ येऊन बसले. आपल्या पदराला हात पुसत ताई म्हणाल्या, "दादा बोला काय म्हणताय." आम्ही चार तास ताईंच्या अन्नपूर्णा होण्याचा प्रवास शांतपणे ऐकत होतो. संभाजी, गणेश एकदम शांत बसले होते. मी ज्या ताईंशी बोलत होतो, त्या ताईंचे नाव सुनिता संदीप ताजनपुरे. ताईंच्या यजमानाचे नाव संदीप अरुण ताजनपुरे. संदीप यांना मी विचारलं, "तुम्ही एवढे छान गाता कसं," ते म्हणाले, की "मी रिक्षा चालवायचो. रिक्षात लावलेली गाणी ऐकता ऐकता मनामध्ये रुजली." ना कुठलं गायकीचं घराणं, ना कुठला क्लास. आतमधून येणाऱ्या आवाजाला फक्त दर्दचा 'साज' पाहिजे, असंच काही संदीपचं होते. मी ताईंना विचारलं, "ताई, तुम्ही इतका छान स्वयंपाक शिकलात कुठून?" ताई म्हणाल्या, "तसा हा वारसा मला माझ्या आईकडून आलाय. सासरी आणि माहेरी आमचे कुटुंब एकत्रित होते. त्यामुळे स्वयंपाकाचा सराव होत गेला."

ताईच्या प्रत्येक पदार्थांच्या चवीमध्ये एक वेगळी जादू होती. बाईला जसं मातृत्व या निसर्गाने समर्पित केलं, तसं तिच्यामधला विकसित होणारा अन्नपूर्णेचा गुण तेवढाच समर्पित केला गेला असावा. मी महाराष्ट्रातल्या प्रत्येक कानाकोपऱ्यात फिरलो. तिथल्या प्रत्येक पदार्थाचा आस्वाद घेतला, पण ताईंच्या पदार्थाचा रसास्वाद काही वेगळा होता. ''आई मी झोपते आता'' असं म्हणत एक मुलगी ताईच्या जवळ आली. मी ताईला विचारलं, "ह्या कन्या कोण आहेत?" ताई म्हणाली, "ही माझी मुलगी पूजा आहे. सध्या बारावीला आहे. आज तुम्ही खाल्लेली मेथीची भाजी पुजानेच बनवली होती." मी एकदम अवाक झालो.

आमच्या गप्पा सुरू होत्या. रिक्षाच्या माध्यमातून आलेल्या चार पैशातून आपलं घर कसंबसं चालवायचं. सुनीताताईंनी एक छोटंसं ज्यूस सेंटर सुरू केलं. मग नाश्त्याला काही आहे काय? अशी विचारणा होत होती. त्यातून

मग सुनीताताई यांनी आपल्या घरातल्या किचनमधले सगळे प्रयोग या हॉटेलमध्ये करायला सुरुवात केली. त्यांना खूप छान प्रतिसाद मिळत गेला.

लहवित या गावात सुनितातार्इंची छोटी टपरी नावलौकिकास आली. सुनिता ताईंनी आपल्याकडंच होतं नव्हतं सगळं सोनं विकलं. 'लहवित' या गावावरून गंगापूर भागांमध्ये एक छोटीशी जागा घेतली. हिंमत करून तिथं 'वास्तूवाडा' हॉटेल उभं केलं. तेवढ्यात लॉकडाउन लागलं. संदीप मला सांगत होते, "सुरुवातीपासून नियती आमची खूप परीक्षा पाहत आहे. जेव्हा आमचे सुरळीत चालायला लागले, तेव्हा माझी आई आशाबाई एका अपघातात गेली. तिला ज्या ट्रकने उडवले, तो आम्हाला पैसे देत होता, पण आम्ही ते हात जोडून नाकारले. बिचाऱ्या आईने आयुष्यभर खूप सहन केले. माझ्या बायकोच्या प्रेमाने आईचे आयुष्य उजळून निघाले होते. आता कुठे चांगले दिवस आले होते. ती गेली आणि आयुष्यातला आनंदच हरवल्यासारखं झाले. प्रसाद आणि पूजा हे दोघे आमच्या आयुष्यात बागडू लागले. या दोघांत आम्ही आमची आई पाहतोय. माझ्या पत्नीचे वडील प्रकाश आणि आई वात्सल्याबाई या दोघांनी आमच्यासाठी खूप काही केलं." संदीप सांगत होते, "मराठी माणसाची मानसिकता अजूनही वाईटच आहे. गावपातळीवर अनेकजण नेते झाले आहेत, ही मंडळी त्रास देतात. आम्ही हॉटेल सुरू करतानाच ठरवलं होतं, हॉटेलमध्ये दारूचा थेंब ठेवायचा नाही. दारू नसेल तर हॉटेल चालत नाही, अशी परिस्थिती, पण माझ्या बायकोनं केलेल्या पदार्थावर अनेकांनी भरभरून प्रेम केलं."

आमचं बोलणं सुरू असताना तेवढ्या रात्री एक म्हातारे जोडपे, "माउली भूक लागलीय, काहीतरी खायला द्या", असे म्हणत ' वास्तुवाड्यात'आले. त्या दोघांनी त्या जोडप्याला खाऊ घातले. भरभरून आशीर्वाद देत ते जोडपे गेले. संदीप आणि सुनीता यांचा प्रवास अतिशय खडतर आहे. तरीही त्या प्रवासात ते प्रचंड आनंद शोधतात. लोकांच्या भरभरून मिळणाऱ्या आशीर्वादापुढे ते दोघेहीजण आज ना उद्या छानपणे उभे राहतीलच. त्यांनी कधी अपयशाला थारा दिला नाही. सुनीता यांनी आपल्या व्यवसायाला घेऊन पुढे जाण्याचं स्वप्न उराशी बाळगलं आहे. सुनीता यांच्या जिद्दीपुढे, त्यांच्यामध्ये असलेल्या अन्नपूर्णेच्या ताकदीमुळं त्यांचं स्वप्न प्रत्यक्षात

येणारच आहे. मी 'वास्तुवाडा'मधून विद्यापीठाकडे निघालो. मनात अनेक प्रश्न होते. त्या सगळ्या प्रश्नांचं उत्तर एकच होतं; ते म्हणजे आपण ठरवलं ते निश्चितपणे करू शकतो, फक्त जिद्द आणि संयम हवा. ताईची कथा वाचून त्याची प्रचिती येते.

■

३४.

एक गाय आणि एक पिढी...!

पुण्याहून मी कोल्हापूरकडे निघालो होतो. रस्त्यावर प्रचंड वर्दळ होती. त्यामुळे, वाहतुकीत अडकून पडण्यापेक्षा हायवेच्या बाजूच्या कच्च्या रस्त्यानं आम्ही निघालो. भूकही लागली होती. त्यामुळे एखाद्या हॉटेलच्याही शोधात होतो. काही अंतर गेल्यावर एक फलक दिसला :'आमच्याकडे खास चुलीवरचं जेवण मिळेल.' जवळ जाऊन पाहतो तर, ते हॉटेल बंद होतं. गाडीचा चालक संदेश पवार गाडी पुढं नेणार, तेवढ्यात आणखी एका फलकावर माझी नजर गेली : 'शिवाई ॲग्रो टुरिझम... नैसर्गिक पद्धतीनं पिकवलेलं धान्य, भाजीपाला आणि जेवणही मिळेल.'

आम्ही थांबलो. फलकाच्या पलीकडेच मळा होता. मळ्यातील पिकं पाहिली... शेवग्याची शेंग एरवीच्या शेंगेहून लांबीला किती तरी जास्त. दुपटीहून जास्त. भोपळा, ढोबळी मिरची यांचे आकार एवढे मोठे आधी कधीही पाहिले नव्हते. पालेभाज्या-फळभाज्यांचे वेगवेगळे प्रकारही तिथं होते. मोठी सफरचंदंही होती. काही परदेशी मंडळीही त्या छोट्याशा मळ्यात फेरफटका मारताना दिसत होती. एक शेतकरी त्यांना शेतातील माहिती देत होता. मी त्या दिशेनं गेलो. ओळख करून घेतली आणि त्या परदेशी पाहुण्यांसमवेत मीही ती माहिती ऐकू लागलो.

मी ज्या मळ्यात - शिवाई ॲग्रो टुरिझम - होतो, त्या मळ्याचे मालक आहेत गुलाब महादेव घुले. शेतीत अत्याधुनिक प्रयोग करणारे शेतकरी. ते प्रयोग पाहण्यासाठी एक पाहुणे लंडनहून आले होते. तेही दुसऱ्यांदा. या वेळी लंडनच्या त्या पाहुण्यांनी इटलीच्या शेतकऱ्यालाही बरोबर आणलं होतं. घुले हे पूर्वी

कोळशाच्या ट्रकवर चालक होते. पुढं काही वर्षं त्यांनी महापालिकेच्या बसचे चालक म्हणूनही काम केलं. पाठीच्या त्रासामुळे त्यांनी ती नोकरी सोडली. एकदा सुभाष पाळेकर यांच्या 'शेतीविषयक प्रशिक्षण शिबिरा'ची बातमी त्यांनी दैनिक 'अॅग्रोवन'मध्ये वाचली. त्या शिबिराला ते गेले. जे जे प्रयोग पाळेकर यांनी सांगितले, ते ते प्रयोग घुले यांनी त्यांच्या शेतीत केले. गाईचं शेण, गोमूत्र, बेसन पीठ, गूळ यांच्या माध्यमातून 'जीवामृत' तयार करणं... ते 'ठिबक'मध्ये सोडणं... त्या माध्यमातून शेतात असणाऱ्या वेगवेगळ्या पिकांची निगा राखणं... इत्यादी.

सन २०१७ मध्ये पहिल्या वर्षी दहा गुंठ्यांमध्ये घुले यांनी काकडीचं दहा टन पीक घेतलं. घुले यांनी नैसर्गिक पद्धतीनं केलेल्या शेतीचा एक छोटासा व्हिडिओ घुले यांचा मुलगा प्रसाद याने यू-ट्यूबवर पोस्ट केला. पाहता पाहता या प्रयोगाची माहिती जगभरात गेली. शेवग्याच्या शेंगा, ढोबळी मिरची, दोडका, पालक यांच्याविषयी शेतीमध्ये केलेले प्रयोग लोकांपर्यंत पोचवले. एका व्हिडिओला खूप प्रतिसाद मिळाल्यामुळे प्रसाद याने नंतर अनेक व्हिडिओ यू-ट्यूबवर पोस्ट केले. घुले स्वतः शेती कसतात. त्यांनी गाईला माता मानलं आहे. 'जीवामृत'चा अमूल्य मंत्र त्यांनी आपल्या प्रत्येक पिकाला दिला. तसाच तो इतरांनाही सांगितला. शेतीची माहिती देता देता घुले मला म्हणाले : ''एक गाय ३० एकर शेती पिकवून देते. यू-ट्यूबमुळेच पहिल्यांदा तो लंडनचा शेतकरी आमच्याकडे आला. त्यानं 'शिवाई अॅग्रो टुरिझम'चे सगळे प्रयोग पाहिले. अनेक देशांमधल्या आपल्या मित्रांना त्या प्रयोगाविषयी त्यानं सांगितलं. आता दुसऱ्यांदा तोच लंडनचा पाहुणा आपल्या युरोपच्या एका शेतकरीमित्राला घेऊन इथले प्रयोग पाहायला आला आहे. सन २०१७ पासून परदेशी आणि देशी पाहुणे इथं नेहमी येत असतात.''

जेमतेम शिकलेले घुले त्या परदेशी पाहुण्यांना इंग्लिशमधून व्यवस्थित माहिती देत होते. शेवग्याची शेंग पाच फूट, भोपळा आणि दोडका चार फूट, एकेक चिक्कू अर्ध्या किलोचा...असं सगळं निसर्गवैभव त्या मळ्यामध्ये होतं. बाहेर आम्ही बोलत असताना मध्ये मध्ये वाऱ्याच्या झुळकीनं इंद्रायणी तांदळाच्या भाताचा वास येत होता. मी घुलेंना म्हणालो : ''जेवणाचा वास फार छान येतोय...'' ते म्हणाले : ''चुलीवर शिजणारे ते तांदूळ याच मळ्यातले आहेत. आपण थोड्या वेळात जेवायला बसूच...'' आम्ही सगळे जेवायला बसलो. ते

परदेशी पाहुणे पदार्थांतल्या तिखटपणामुळे एकीकडे लालेलाल होत होते आणि दुसरीकडे चवदार जेवणाचं कौतुकही करत होते... घुले यांच्या आई लीलाबाई चुलीवर भाकरी करत होत्या. घुले यांच्या पत्नी शिवगंगा वाढत होत्या. प्रसाद आम्हाला पदार्थांची रेसिपी, त्यांचं वेगळेपण सांगत होता. स्नेहल खाडे आणि प्रज्ञा बोरकर या घुले यांच्या मुलीही आपल्या वडिलांच्या नैसर्गिक शेतीचा प्रसार करतात हेही घुले यांनी दिलेल्या माहितीतून कळलं. घुले यांचे वडील महादेव येणाऱ्या-जाणाऱ्यांची आस्थेनं विचारपूस करत होते. थोडक्यात, सगळं कुटुंब नैसर्गिक 'रेसिपी'साठी, नैसर्गिक शेतीसाठी आग्रही होतं. जेवण झाल्यावर माझ्याशी बोलताना घुले त्यांच्या गतकाळाविषयी सांगू लागले.

''माझे आई-वडील अत्यंत गरीब घरातले. मोठ्या कष्टानं त्यांनी आम्हाला वाढवलं. इतर शेतकऱ्यांप्रमाणे त्यांनीही 'तीच' शेती केली. औषधफवारणी, खतं इत्यादी... खतांच्या माध्यमातून शेतात अन्नधान्याच्या नावाखाली निघालेलं विष आम्हीही बाजारात विकायचो. त्याच्या एवढं पाप कोणतं असू शकेल? पाळेकर मला गुरू म्हणून मिळाले आणि त्यांनी सांगितलेले सर्व प्रयोग मी आमच्या शेतीत केले.'' मुलाच्या तोंडून आपल्या कुटुंबाच्या खडतर आयुष्याची कहाणी ऐकताना घुले यांच्या आईचे डोळे भरून आले होते. गप्पा सुरू असताना प्रसाद वडिलांना म्हणाला : ''आता मी निघतो... माल भरला आहे.''

मी विचारलं : ''कुठं निघालास?

प्रसाद म्हणाला :''पुण्यातल्या काही वस्त्यांमध्ये आमच्या शेतामधला 'नैसर्गिक' भाजीपाला जातो. तिकडे निघालोय.'' शेती, बाजारपेठ आणि चुलीवरचं जेवण... व्यवसायाचा हा व्याप सांभाळण्यासाठी घुले पिता-पुत्राच्या सोबतीला बारा माणसांची टीम आहे. मी विचार करू लागलो... 'कोळशाच्या ट्रकवर एकेकाळी चालक असणारे घुले एका गाईच्या माध्यमातून आपली शेती कमालीची फुलवतात... भरपूर नफा कमावतात. नैसर्गिक शेतीची चळवळ रुजावी यासाठी मोफत प्रशिक्षण देतात. अवघी तीन एकर शेती असणारे घुले एवढी चांगली शेती करू शकतात... तर मग ते आत्महत्या करणारे, पन्नास पन्नास एकर शेती असणारे शेतकरी असे 'घुले' का होत नाहीत?'

तुमच्या घरी एक गाय असली तर काय होऊ शकतं, हेही यानिमित्तानं पुढं आलं. एक वेगळी, झपाटलेली पिढी आधीच्या पिढीसाठी आणि येणाऱ्या अनेक पिढ्यांसाठी कमालीचा वारसा जपत आहे... हे नक्कीच महत्त्वाचं होतं. शेतीचे

प्रयोग सुरू होण्यापूर्वी संसाराला हातभार लावण्यासाठी घुले यांची पत्नी शिवगंगा या बालवाडीत काम करायच्या. आता त्या पूर्ण वेळ शेती, प्रशिक्षण ही कामं पाहतात.

शिवगंगा यांना मी सहज विचारलं :''तुम्हाला कशा सूनबाई हव्या आहेत?''

त्या म्हणाल्या : ''निसर्गाशी इमानेइतबारे वागणारी, 'नैसर्गिक' शेतीची आमची चळवळ जास्तीत जास्त लोकांपर्यंत पोहोचवणारी सून पाहिजे.'' जिथं चांगले प्रयोग होतात, तिथं शासनाचं नेहमीच दुर्लक्ष होतं, असा आजवरचा अनेकांचा अनुभव. घुले यांच्या प्रोजेक्टवर कुणी जाईपर्यंत रस्ता नावाची खूण तिथं नव्हती. मात्र, 'ॲग्रोवन'ची छोटीशी बातमी काय परिणाम करू शकते याचं घुले हे उत्तम उदाहरण आहे. मी घुले यांच्याकडून निघालो. नेहमीप्रमाणेच अनेक प्रश्न मनात घोळू लागले... आपल्याकडे असणारे पीडित शेतकरी 'घुले' होऊन निसर्गाशी प्रामाणिकपणे कधी वागतील? तुम्ही-आम्ही 'घुले' तयार करू शकू का? माहीत नाही... पण घुले यांच्या 'नैसर्गिक शेती'च्या या वारशाकडे इतर शेतकऱ्यांचं लक्ष आपण नक्की वेधू शकतो! नाही का?

■

३५.
गोडवा जगण्यामधलाही...!

माझे चित्रकार मित्र नरेंद्र बोरलेपवार जेव्हा जेव्हा मला भेटायला येतात, तेव्हा माझ्यासाठी नवीन पुस्तकं, मला आवडणारे खाद्यपदार्थ आणतात. ते नुकतेच भेटले, तेव्हा त्यांनी एक मधाची बाटली दिली. तो मध चवीला छान होता. तो कुठून आणला, त्याची निर्मिती कुठे होते, याची सगळी माहिती मी मिळवली.

अहमदनगर जिल्ह्यात अकोले तालुक्यात अंबड नावाचं गाव आहे, तिथं हा मध बनतो. पुढच्या आठवड्यात मी नगरला जाणार होतो. तेव्हा मी ठरवलं, की नगरला गेल्यावर मधनिर्मिती करणाऱ्या या उद्योगाला नक्की भेट द्यायची. मी नगरला गेलो. नगरमधली सगळी कामं आटोपल्यावर त्या प्रोजेक्टला भेट देण्यासाठी निघालो. मधमाश्या पालनाच्या माध्यमातून त्यांनी सुरू केलेलं काम म्हणजे एक स्वतंत्र विश्व होतं.

त्या विश्वाची आपण कधीच माहिती घेतली नाही. गावाकडं माश्या जाळल्या, धुरानं आंधळ्या केल्या आणि त्या माध्यमातून मध मिळवला. यापलीकडे जाऊन याविषयी काहीही माहिती नव्हतं; पण इथं आल्यावर हे वेगळं विश्व आहे, या विश्वाची एका मोठ्या उद्योगाशी नाळ जोडली आहे हे कळलं. तिथे तो प्रोजेक्ट पाहण्यासाठी ये-जा करणाऱ्यांची मोठी वर्दळ होती. दोन भावांनी मिळून हा मधनिर्मितीचा उद्योग सुरू केला होता. त्यामागे मेहनतीची जिद्द होती. त्या जिद्दीमधून उत्तम मधाची निर्मिती, अनेक हातांना काम आणि माणुसकी जपणारी मोठ्या मनाची माणसं दिसून येत होती. हे ज्यांनी उभं केलं, ज्यांच्या अथक प्रयत्नांना प्रेरणा मिळाली ती बिपिन जगताप यांच्यामुळे. खरंतर मला

बिपिन जगताप यांना भेटायचं होतंच. इथे सुरू असणाऱ्या मधमाशी प्रकल्पाचं सगळं तंत्र समजून घ्यायचं होतं.

मी ज्या दोन भावांशी बोलत होतो, त्यामधील एकाचं नाव संदेश भाऊसाहेब कानवडे, तो इंजिनिअर आणि दुसरा राजीव भाऊसाहेब कानवडे हादेखील उच्चशिक्षित आहे. या दोन्ही भावांनी ठरवलं, की आपल्या वडिलांची सहा एकर शेती कसायची. शहरात न जाता आई-वडिलांसोबत गावातच एखादा उद्योग करायचा. या दोघांनीही महाबळेश्वर इथून खादी ग्रामोद्योग मंडळाच्या माध्यमातून मधमाशी पालनाचं प्रशिक्षण घेतलं. त्या प्रशिक्षणाच्या माध्यमातून मध, मेण, रॉयल हनी, मधमाशी विष, प्रपोलीस, परागकण याबाबतचं ज्ञान घेतलं.

सुरुवातीला त्यांनी पाच पेट्या घेऊन व्यवसायाला सुरुवात केली. अधिक माहितीअभावी त्यांना निराशा पत्करावी लागली. या व्यवसाया संदर्भातील खोल अभ्यासप्रक्रियेमध्ये ते शिरले. त्यानंतर पन्नास पेट्यांपासून त्यांनी आपलं काम सुरू केलं. आजघडीला त्यांच्याकडे बाराशे पेट्या आहेत. तेवढ्याच पेट्या त्यांनी भाडेतत्त्वावर बाहेर दिल्या आहेत. त्या दोन भावांनी मला सर्व प्रकल्प समजावून सांगितला, त्याचं प्रात्यक्षिकही दाखवलं.

आपल्या मुलांनी इंजिनिअर, प्राध्यापक व्हावं, असं या दोघांच्या आई-वडिलांना म्हणजे सिंधू व भाऊसाहेब यांना वाटायचं; पण या दोघांना मात्र उद्योगामध्ये रुची होती. नोकरी करण्यासाठी नाही, तर नोकरी देण्यासाठी आपला जन्म झालाय, या भावनेतून या दोघांनी मेहनत घेतली. आज ३५ ते ४० लाख रुपयांचा व्यवसाय वर्षाकाठी हे दोघे जण मिळून करतात. संदेश आणि राजीव यांच्या आईशी मी जेव्हा बोललो, तेव्हा आई म्हणाल्या, ‘‘सुरुवातीला वाटायचं की, हा कुठला व्यवसाय आहे; पण जेव्हा माझ्या मुलांना शाबासकी मिळाली, पुरस्कार - पैसे मिळाले, तेव्हा ऊर अभिमानाने भरून आला.’’ आई दोन्ही मुलांच्या गालांवर हात फिरवून आपल्या भावना व्यक्त करत होत्या.

मधमाशीपालन हा कमालीचा वेगळा व्यवसाय आहे. माश्यांचा आवाज कानांवर पडणे, नवीन माश्यांचा जन्म होऊन त्यांची वाढणारी संख्या, स्थानांतर करताना होत असलेली प्रक्रिया, हे सगळं काही वेगळं आहे. मधमाश्यांशिवाय अख्खी मानवजमात केवळ चार वर्षं टिकू शकेल, असा दावा प्रसिद्ध शास्त्रज्ञ अल्बर्ट आइन्स्टाईन यांनी केला होता. जंगलतोड, तापमानवाढ, फुलांचा अभाव, मधमाश्यांसाठी सुरक्षित जागेचा अभाव, कीटकनाशकांचा वापर, औषधांमुळे

मातीत होणारे बदल, फोनमधून निघणारे तरंग, यामुळे आजघडीला ९० टक्के मधमाश्या नामशेष होण्याच्या मार्गावर आहेत. संदेश आणि राजीव उच्चशिक्षित असून, दोघांनी मधमाश्यांसंदर्भात असलेलं ज्ञान, बाजारपेठ, कामाची पद्धत याबाबत सखोल अभ्यास केला आहे. ते मला हे सर्व काही सांगत होते. केवळ व्यवसाय, पैसा यापुरता हा विषय कानवडे कुटुंबीयांसाठी मर्यादित नव्हता, तर राजीव यांनी त्यांच्या मुलीचं नाव 'मधुरा' ठेवले. पुढे 'मधुरा हनी' नावाने त्यांनी आपला स्वतःचा मधविक्रीचा ब्रँड बाजारात आणला.

आज अनेक राज्यांत या मधाला खूपच मागणी आहे. हा व्यवसाय करण्यास इच्छुक असणाऱ्या प्रत्येकाला मोफत प्रशिक्षण, माहिती आणि हा उद्योग उभा करण्यासाठीची मदत हे दोन्ही भाऊ करत असतात. दोघांनाही सामाजिक कामात रुची आहे. चिकाटी, मेहनत असल्याशिवाय हे काम उभं राहू शकत नाही, हेही तितकंच खरं आहे.

मी अंबडहून निघालो. ज्या व्यक्तीने संदेश आणि राजीवसारखे अनेक उद्योजक घडवले, त्यांना व्यवसाय करण्याचा मार्ग दाखवला, त्या बिपिन जगताप यांना मला भेटायचं होतं. मी मुंबईला गेल्यावर महाराष्ट्र खादी ग्राम उद्योग मंडळामध्ये उपमुख्य कार्यकारी अधिकारी असणाऱ्या बिपिन जगताप यांना भेटण्यासाठी गेलो. मुंबईमध्ये नरिमन पॉइंट येथे बिपिन जगताप यांचं खादी ग्रामोद्योग मंडळाचं कार्यालय आहे. मी त्यांना भेटायला गेलो तेव्हा ते अनेक युवकांसमोर बोर्डावर उद्योगासंदर्भातील वेगवेगळ्या प्रक्रियांचा आलेख मांडत होते. मला ऐकताना ते छान वाटत होतं. क्षणभर प्रश्न पडला, की आपण नोकरी का करतोय; बिपिन जगताप यांचं ऐकावं आणि उद्योग सुरू करावा.

ती सगळी मुलं निघून गेल्यावर मी बिपिन जगताप यांच्यासमोर बसलो. आमची चर्चा सुरू झाली. संदेश आणि राजीव यांच्यासारख्या कितीतरी 'सक्सेस स्टोरीज' बिपिन यांनी माझ्यासमोर ठेवल्या. मला बिपिन यांच्या कामाचं कौतुक वाटलं. या सगळ्या योजना बिपिन यांच्या माध्यमातून शेकडो युवकांपर्यंत गेल्यात. बिपिन यांचं अर्थशास्त्र, समाजशास्त्र आणि मानसशास्त्र या तीनही विषयांतील ज्ञान अतिशय भक्कम होतं. बारामतीमधल्या कांबळेश्वर इथले असणारे बिपिन जगताप अनेक सामाजिक चळवळींशी संबंधित होते. ते मला सांगत होते, ''कुठलीही स्पर्धा नाही, अनुदान आहे, तुम्ही जे निर्माण करता ते घेण्याची शंभर टक्के गॅरंटी, मोफत प्रशिक्षण एवढं असेल, तर कुठला उद्योग

अपयशी ठरेल?'' जगताप यांच्या माध्यमातून चालणारे प्रशिक्षण वर्ग, त्यांनी अनेक गावांमध्ये सुरू केलेलं मधमाशी पालन सेंटर, त्यातून निर्माण झालेला रोजगार हा कमालीचा चकित करणारा होता. केवळ सरकारी अधिकारी म्हणून नाही, तर त्यांनी त्यांच्या कामाला भावनिक आणि सेवाभावीपणाची झालर लावली, म्हणून हजारो हातांना काम मिळालं.

मी बिपिन जगताप यांचा निरोप घेऊन निघालो. मी विचार करत होतो, संदेश, राजीव आणि बिपिन हे तिघंही अतिशय महत्त्वाचे आहेत. त्यांच्या माध्यमातून समाजात फार मोठं परिवर्तन घडू लागलं आहे. हे परिवर्तन अजून चिरंतन टिकणारं व्हावं, यासाठी तुम्ही- आम्ही एकत्रित आलं पाहिजे. ज्यांना गरज आहे त्यांना उद्योगाची कास धरायला भाग पाडलं पाहिजे. उद्योगाच्या माध्यमातून त्यांच्या जगण्यात गोडवा वाढला तर समाजात उत्साही आणि उद्योगी तरुणांचं वेगळं विश्व दिसू लागेल.

■

संदीप रामराव काळे

M.A., M.C.J., M.B.A., D.N.Y.S.

इ-मेल : sandip98868@gmail.com

मोबाइल : ९८९००९८८६८

- सध्या मुंबई (महाराष्ट्र) येथे 'सकाळ माध्यम समूहा'त संपादक (युथ) पदावर कार्यरत.
- आतापर्यंत विविध साप्ताहिकं, वर्तमानपत्रं, टीव्ही न्यूज चॅनेलमध्ये संपादक पदासह महत्त्वाच्या पदांवर कार्यरत.
- एम.जी.एम. राजीव गांधी पत्रकारिता महाविद्यालय आणि विवेकानंद पत्रकारिता महाविद्यालयात पत्रकारिता विभागाचे प्रमुख प्राध्यापक म्हणून काम पाहिले आहे.
- 'महाराष्ट्रभूषण', 'महाराष्ट्रगौरव', 'महाराष्ट्रदीप', 'यशवंतराव चव्हाण', 'बाबा दळवी' यांसह शासन, सामाजिक संस्था, पत्रकार संघ, यांच्या वतीने दिले जाणारे २१८ पुरस्कार आतापर्यंत मिळाले आहेत.
- आजपर्यंत ६३ पुस्तके प्रकाशित. 'मु.पो.आई' या पुस्तकाची मराठीत सर्वाधिक खपाचे पुस्तक म्हणून नोंद.
- सकाळच्या 'सप्तरंग' पुरवणीत दर रविवारी प्रकाशित होणारे 'भ्रमंती LIVE' हे सदर लोकप्रिय आहे.

- 'सकाळ' ने तरुणाईसाठी सुरू केलेल्या यिन या प्रोजेक्टचे प्रमुख. २०१३ पासून यिनमध्ये ६६ लाख युवक अनेक प्रोजेक्टवर काम करतात.
- 'सकाळ'मध्ये महिलांच्या सामाजिक कार्यावर लेखन केल्यामुळे 'इंडिया बुक'मध्ये रेकॉर्ड.
- सलग आठ वर्षं 'सकाळ'मध्ये सामाजिक विषयावर कॉलम लिहिल्यामुळे 'वर्ल्ड रेकॉर्ड बुक'मध्ये नोंद.
- देशातील पत्रकारांसाठी सुरू केलेल्या 'व्हॉइस ऑफ मीडिया' या संघटनेचे संस्थापक तथा राष्ट्रीय अध्यक्ष. देशभरात अठ्ठावीस हजार पत्रकार या संघटनेत काम करतात.
- अभ्यास टूर : अमेरिका, साऊथ कोरिया, मलेशिया, जपान.

■

www.ingramcontent.com/pod-product-compliance
Lightning Source LLC
LaVergne TN
LVHW090356051026
849518LV00006B/2147